# HIN FULLKOMNA HUNANGS MATREIÐSLUBÓK

SÆTAR OG GREMIÐAR UPPSKRIFTIR AÐ NÁTTÚRULEGGI. Uppgötvaðu gullna sætleika hunangsins - frá morgunmat til eftirrétts, leystu úr læðingi kraft sætuefnis náttúrunnar

Ingigerður Jónsdóttir

Höfundarréttarefni ©2023

Allur réttur áskilinn

Engan hluta þessarar bókar má nota eða senda á nokkurn hátt eða á nokkurn hátt án skriflegs samþykkis útgefanda og höfundarréttarhafa, nema stuttar tilvitnanir sem notaðar eru í umsögn. Þessi bók ætti ekki að koma í staðinn fyrir læknisfræðilega, lögfræðilega eða aðra faglega ráðgjöf.

# EFNISYFIRLIT

**EFNISYFIRLIT** ................................................................. **3**
**KYNNING** ...................................................................... **6**
**Morgunmatur** ............................................................... **7**
   1. Honeycomb Toffee Brauð ................................................. 8
   2. Honeycomb Candy Milkshake ......................................... 10
   3. Honeycomb Cereal Parfait .............................................. 12
   4. Honeycomb sælgætispönnukökur ................................... 14
   5. Honeycomb Candy Overnight hafrar ............................... 16
   6. Honeycomb Candy French Toast .................................... 18
   7. Honeycomb Candy Yoghurt Bowl ................................... 20
   8. Honeycomb Cereal Smoothie .......................................... 22
   9. Honeycomb sælgætisvöfflur ............................................ 24
   10. Honeycomb Banana Smoothie ...................................... 26
   11. Honeycomb Candy Frappuccino ................................... 28
   12. Honeycomb Candy Ice Tea ............................................ 30
   13. Honeycomb Candy Latte ............................................... 32
   14. Honeycomb Candy Milk Tea ......................................... 34
   15. Honeycomb Candy Heitt súkkulaði ............................... 36
   16. Honeycomb Kornmjólk .................................................. 38
**FORréttir** ..................................................................... **40**
   17. Pistasíu og hunang Chevre Log ..................................... 41
   18. Rustic hollenskt ofnbrauð .............................................. 43
   19. Hunangssmjör ................................................................ 46
   20. Basil Honey Ricotta Tartine ........................................... 48
   21. Honeycomb Crunchie Bars ............................................ 50
   22. Honeycomb kornstangir ................................................. 52
   23. Honeycomb kexstangir .................................................. 54
   24. Honeycomb Candy Bark ................................................ 56
   25. Honeycomb Energy Ball Bites ....................................... 58
   26. Honeycomb Candy Popcorn .......................................... 60
   27. Honeycomb Cereal Snack Mix ...................................... 62
   28. Honeycomb Candy Dip .................................................. 64
   29. Honeycomb Jógúrt Parfait ............................................. 66
   30. Honeycomb Candy Granola .......................................... 68
**EFTIRLITIR** ................................................................ **70**
   31. Cannelé Bordelais .......................................................... 71
   32. Hunangssítrustekökur ..................................................... 74

33. Mango Shrikhand ..................................................................... 76
34. Chunky Bókhveiti Granola ....................................................... 78
35. Hunangsís ............................................................................... 81
36. Býkvaxís .................................................................................. 83
37. Honeycomb ís ......................................................................... 86
38. Honeycomb Candy Frozen Yogurt Bites ................................. 88
39. Honeycomb bananakaka ........................................................ 90
40. Dökk súkkulaði hunangsseimur ............................................. 92
41. Honeycomb sælgætismjólk og kornspíslur ............................ 94
42. Honeycomb ostakaka ............................................................. 96
43. Honeycomb Candy Gateau .................................................... 98
44. Honeycomb íssamlokur ........................................................ 100
45. Hunangskaffikaka ................................................................. 102
46. Honeycomb sítrónu kaka ...................................................... 105

# KÖKKUR OG sælgæti .............................................................. 108
47. Hunangskökur ....................................................................... 109
48. Orkubitar ............................................................................... 111
49. Hunangskaramellur ............................................................... 113
50. Piparmyntubollur .................................................................. 116

# UNDIRKYNDIR ........................................................................ 118
51. Hunangssinnep ..................................................................... 119
52. Hunangsavókadódressing ..................................................... 121
53. Hunangsvínaigrette með frjókornum .................................... 123
54. Hunangsgrillsósa .................................................................. 125
55. Reykt hunang ........................................................................ 127

# GERJAÐUR MATUR ................................................................ 129
56. Gerjuð tómatsósa ................................................................. 130
57. Gerjaður hunangshvítlaukur ................................................. 132
58. Gerjuð hunangströnuber ...................................................... 134
59. Gerjað Probiotic Honey Berry Soda ..................................... 136
60. Tepache ................................................................................ 138

# DRYKKIR ................................................................................. 140
61. Basic hunangssíróp .............................................................. 141
62. Engiferöl ............................................................................... 143
63. Mandarín Fiz ........................................................................ 145
64. Agúrka sítrónugras hunangskokteill ..................................... 147
65. Apríkósu Kardimommukokkteill ............................................ 149
66. Tequila hunangskokteill ........................................................ 151
67. Litháískur hunangsbrennivín ................................................ 153
68. Elderberry Tonic ................................................................... 155

69. Turmeric Honey Super Booster ............... 157
70. Honeycomb Martini ............... 159
71. Honeycomb Margarita ............... 161
72. Honeycomb suðrænn Mocktail ............... 163
73. Honeycomb Candy Old Fashioned ............... 165
74. Honeycomb Candy Mojito Mocktail ............... 167
75. Honeycomb Candy Punch ............... 169
76. Honeycomb Cereal White Russian ............... 171
77. Honeycomb Candy Spritzer ............... 173
78. Honeycomb Candy Whiskey Smash ............... 175
79. Honeycomb Candy Pina Colada ............... 177

**INNLEGT HUNANG ............... 179**
80. Hunang með sítrónu ............... 180
81. Hunang með appelsínu ............... 182
82. Hunang með sítrónusmjöri ............... 184
83. Hunang með ferskju ............... 186
84. Hunang með peru og eplum ............... 188
85. Bleik greipaldin Innrennsli hunang ............... 190
86. Hunang með kviði ............... 192
87. Kanill-eplahunang ............... 194
88. Elderflower innrennsli hunang ............... 196
89. Lilac innrennsli hunang ............... 198
90. Jasmin hunang með innrennsli ............... 200
91. Tulsi innrennsli hunang ............... 202
92. Hunang með kanil ............... 204
93. Hunang með engifer ............... 206
94. Hunang með vanillu ............... 208
95. Hunang með stjörnuanís ............... 210
96. Hunang með negulinnrennsli ............... 212
97. Jalapeno innrennsli hunang ............... 214
98. Hunang með kóríanderfræi ............... 216
99. Sellerífræ Innrennsli hunang ............... 218
100. Poppy fræ Hunang ............... 220

**NIÐURSTAÐA ............... 222**

# KYNNING

Velkomin í heim hunangsins! Í þessari matreiðslubók bjóðum við þér að dekra við gullna sætleika hinnar merkilegu gjafar náttúrunnar. Hunang hefur verið þykja vænt um aldir sem náttúrulegt sætuefni og uppspretta ótrúlegra bragðefna og heilsubóta. Þessi matreiðslubók er fullkominn leiðarvísir til að opna alla möguleika hunangs í ýmsum ljúffengum uppskriftum, bæði sætum og bragðmiklum.

Hunang kemur ekki bara í staðinn fyrir sykur; það er matreiðslufjársjóður sem bætir dýpt, margbreytileika og snert af náttúrulegri sætleika í réttina þína. Allt frá uppáhaldi í morgunmat og freistandi forréttum til seðjandi aðalrétta og ómótstæðilegra eftirrétta, þessi matreiðslubók fagnar fjölhæfni og glæsileika hunangsblandaðrar sköpunar.

Á þessum síðum muntu uppgötva fjársjóð af uppskriftum sem sýna ótrúlega úrval bragðtegunda og áferða sem hunang getur fært þér á borðið. Allt frá hunangsgljáðu kjöti og ristuðu grænmeti til hunangsblandaðra sætabrauða og decadent sælgæti, við höfum safnað saman safni sem undirstrikar fjölbreytta notkun þessa einstaka hráefnis. Hver uppskrift er vandlega unnin til að draga fram það besta úr náttúrulegri sætleika hunangsins á meðan hún bætir við önnur bragðefni.

En þessi matreiðslubók er meira en bara samansafn af hunangsuppskriftum. Við munum leiðbeina þér í gegnum mismunandi tegundir og afbrigði af hunangi, deila innsýn í heilsufarslegan ávinning þess og veita ráð um að velja besta gæða hunangið fyrir réttina þína. Hvort sem þú ert hunangsáhugamaður eða nýr að taka það inn í matargerðina þína, þá erum við hér til að hjálpa þér að tileinka þér auðlegð og fjölhæfni þessa gullna elixírs.

Svo hvort sem þú ert að leita að hollari valkosti við hreinsaðan sykur, kanna nýjar bragðsamsetningar eða einfaldlega gleðjast yfir náttúrulegu sætleik hunangs, láttu "HIN FULLKOMNA HUNANGS MATREIÐSLUBÓK" vera leiðarvísir þinn. Vertu tilbúinn til að leggja af stað í ferðalag sem mun umbreyta matreiðsluköpun þinni og koma með kjarna sætuefnis náttúrunnar í eldhúsið þitt.

# Morgunmatur

# 1. Honeycomb Toffee Brauð

## HRÁEFNI:
- 3 bollar alhliða hveiti
- 2 tsk virkt þurrger
- 1 tsk salt
- 2 matskeiðar hunang
- 1 bolli heitt vatn
- ¼ bolli brætt smjör
- ½ bolli mulið honeycomb karamellu (valfrjálst)

## LEIÐBEININGAR:
a) Blandið saman hveiti, geri og salti í stórri blöndunarskál.
b) Blandið hunanginu og volgu vatni saman í sérskál þar til hunangið leysist upp.
c) Hellið hunangs-vatnsblöndunni út í hveitiblönduna og hrærið vel til að mynda deig.
d) Hnoðið deigið á létt hveitistráðu yfirborði í um 5-7 mínútur, þar til það er slétt og teygjanlegt.
e) Setjið deigið í smurða skál, hyljið það með hreinu eldhúsþurrku og látið hefast á hlýjum stað í um 1 klukkustund eða þar til það hefur tvöfaldast að stærð.
f) Forhitaðu ofninn þinn í 375°F (190°C).
g) Kýlið niður lyfta deigið og mótið það í brauð.
h) Setjið brauðið í smurt brauðform og penslið toppinn með bræddu smjöri.
i) Stráið mulnu honeycomb karamellu yfir brauðið og þrýstið því létt ofan í deigið.
j) Bakið brauðið í forhituðum ofni í 25-30 mínútur eða þar til þær eru gullinbrúnar.
k) Takið brauðið úr ofninum og látið það kólna á grind áður en það er skorið í sneiðar og borið fram.

## 2.Honeycomb Candy Milkshake

**HRÁEFNI:**
- 2 bollar vanilluís
- 1 bolli mjólk
- ½ bolli honeycomb sælgæti, mulið
- Þeyttur rjómi til áleggs

**LEIÐBEININGAR:**
a) Blandaðu saman vanilluísnum, mjólkinni og muldu honeycomb nammi í blandara.
b) Blandið þar til slétt og rjómakennt.
c) Hellið mjólkurhristingnum í glas.
d) Toppið með þeyttum rjóma og til viðbótar muldu honeycomb nammi.
e) Njóttu þessa eftirlátssama honeycomb nammi mjólkurhristing í morgunmat.

### 3. Honeycomb Cereal Parfait

**HRÁEFNI:**
- 1 bolli honeycomb korn
- 1 bolli grísk jógúrt
- 1 bolli blandað fersk ber
- Hunang til að drekka

**LEIÐBEININGAR:**

a) Í glasi eða krukku skaltu setja hunangskorn, gríska jógúrt og blönduð fersk ber.
b) Dreypið hunangi yfir hvert lag.
c) Endurtaktu lögin þar til innihaldsefnin eru notuð.
d) Toppið með auka skvettu af hunangi og nokkrum honeycomb kornbitum.
e) Berið fram og njótið þessa stökku og sætu hunangsseimuparfait.

## 4.Honeycomb sælgætispönnukökur

## HRÁEFNI:
- 1 ½ bolli alhliða hveiti
- 2 matskeiðar sykur
- 1 matskeið lyftiduft
- ½ tsk salt
- 1 bolli mjólk
- 1 egg
- 2 matskeiðar bráðið smjör
- ½ bolli honeycomb sælgæti, mulið
- Smjör eða olía til steikingar

## LEIÐBEININGAR:
a) Blandið saman hveiti, sykri, lyftidufti og salti í blöndunarskál.
b) Í annarri skál, þeytið saman mjólk, egg, bræddu smjöri og mulið honeycomb nammi.
c) Hellið blautu hráefnunum í þurrefnin og hrærið þar til það hefur blandast saman.
d) Hitið pönnu eða pönnu yfir meðalhita og smyrjið með smjöri eða olíu.
e) Hellið ¼ bolla af deigi á pönnu fyrir hverja pönnuköku.
f) Eldið þar til loftbólur myndast á yfirborðinu, snúið síðan við og eldið þar til þær eru gullinbrúnar.
g) Berið fram honeycomb nammi pönnukökurnar með viðbótar muldu honeycomb nammi og áleggi að eigin vali.

## 5. Honeycomb Candy Overnight hafrar

**HRÁEFNI:**
- ½ bolli rúllaðir hafrar
- ½ bolli mjólk (mjólkur- eða jurtaafurð)
- ½ bolli grísk jógúrt
- 1 matskeið hunang
- ¼ bolli honeycomb sælgæti, mulið
- Ferskir ávextir til áleggs

**LEIÐBEININGAR:**
a) Í krukku eða ílát, blandaðu saman höfrum, mjólk, grískri jógúrt og hunangi.
b) Hrærið vel til að blanda saman.
c) Stráið muldu honeycomb sælgæti yfir blönduna.
d) Lokið krukkunni eða ílátinu og setjið í kæli yfir nótt.
e) Á morgnana skaltu hræra vel í höfrunum.
f) Toppið með ferskum ávöxtum og til viðbótar muldu honeycomb nammi.
g) Njóttu þessa auðvelda og ljúffenga hunangsseimu nammi yfir nótt.

## 6. Honeycomb Candy French Toast

**HRÁEFNI:**
- 4 brauðsneiðar
- 2 egg
- ¼ bolli mjólk
- ½ tsk vanilluþykkni
- Smjör til steikingar
- Hunang til að drekka
- Honeycomb nammi, mulið

**LEIÐBEININGAR:**

a) Í grunnri skál, þeytið saman egg, mjólk og vanilluþykkni.
b) Dýfðu hverri brauðsneið í eggjablönduna, hyljið báðar hliðar.
c) Hitið pönnu yfir meðalhita og bræðið smá smjör.
d) Setjið dýfðu brauðsneiðarnar á pönnuna og eldið þar til þær eru gullinbrúnar á hvorri hlið.
e) Berið frönsku ristað brauðið fram með hunangsskreytingu, stráð yfir muldu honeycomb nammi.
f) Njóttu þessa sæta og stökku hunangsseimu nammi frönsku brauði.

## 7. Honeycomb sælgæti jógúrt skál

**HRÁEFNI:**
- 1 bolli grísk jógúrt
- 2 matskeiðar hunang
- ¼ bolli honeycomb sælgæti, mulið
- Ferskir ávextir til áleggs

**LEIÐBEININGAR:**
a) Blandið grísku jógúrtinni og hunanginu saman í skál.
b) Stráið muldu honeycomb sælgæti yfir jógúrtina.
c) Toppið með ferskum ávöxtum.
d) Hrærið vel og njótið þessarar yndislegu jógúrtskál með hunangi.

## 8. Honeycomb kornsmoothie

**HRÁEFNI:**
- 1 þroskaður banani
- 1 bolli frosin blönduð ber
- ½ bolli honeycomb korn
- 1 bolli mjólk (mjólkur- eða jurtamiðuð)
- 1 matskeið hunang

**LEIÐBEININGAR:**
a) Blandaðu saman þroskaðan banana, frosnum blönduðum berjum, hunangskorni, mjólk og hunangi í blandara.
b) Blandið þar til slétt og rjómakennt.
c) Hellið smoothie í glas.
d) Skreytið með honeycomb morgunkorni yfir.
e) Njóttu þessa honeycomb korns smoothie fyrir fljótlegan og orkuríkan morgunmat.

## 9.Honeycomb sælgætisvöfflur

**HRÁEFNI:**
- 1 ½ bolli alhliða hveiti
- 2 matskeiðar sykur
- 1 matskeið lyftiduft
- ½ tsk salt
- 1 bolli mjólk
- ¼ bolli jurtaolía
- 2 egg
- ½ tsk vanilluþykkni
- ½ bolli honeycomb sælgæti, mulið

**LEIÐBEININGAR:**
a) Forhitið vöfflujárn samkvæmt leiðbeiningum framleiðanda.
b) Blandið saman hveiti, sykri, lyftidufti og salti í blöndunarskál.
c) Í annarri skál, þeytið saman mjólk, jurtaolíu, egg og vanilluþykkni.
d) Hellið blautu hráefnunum í þurrefnin og hrærið þar til það hefur blandast saman.
e) Hrærið mulið honeycomb nammi saman við.
f) Skellið deiginu á forhitaða vöfflujárnið og eldið þar til það er gullbrúnt og stökkt.
g) Berið honeycomb nammi vöfflurnar fram með skvettu af hunangi og auka muldu honeycomb nammi.

## 10. Honeycomb banana smoothie

**HRÁEFNI:**
- 1 frosinn banani
- 1 bolli möndlumjólk (eða mjólk sem þú vilt)
- ¼ bolli honeycomb korn
- 1 matskeið hunang
- Ísmolar (valfrjálst)

**LEIÐBEININGAR:**
a) Blandaðu saman frosnum banana, möndlumjólk, hunangskorni og hunangi í blandara.
b) Blandið þar til slétt og rjómakennt.
c) Bætið við ísmolum ef vill og blandið aftur.
d) Hellið smoothie í glas.
e) Skreytið með honeycomb morgunkorni yfir.
f) Njóttu þessa honeycomb korns smoothie sem bragðgóðan og mettandi drykk.

## 11. Honeycomb Candy Frappuccino

**HRÁEFNI:**
- 1 bolli sterkt lagað kaffi, kælt
- ½ bolli mjólk (mjólkur- eða jurtaafurð)
- ¼ bolli honeycomb sælgæti, mulið
- 2 matskeiðar sykur
- Ísmolar
- Þeyttur rjómi (valfrjálst)

**LEIÐBEININGAR:**
a) Blandaðu saman kældu kaffinu, mjólkinni, muldu honeycomb nammi, sykri og handfylli af ísmolum í blandara.
b) Blandið þar til það er vel blandað og froðukennt.
c) Hellið Frappuccino í glas.
d) Toppið með þeyttum rjóma og til viðbótar muldu honeycomb nammi ef vill.
e) Njóttu þessa honeycomb nammi Frappuccino sem yndislegs og orkugefandi drykk.

## 12. Honeycomb Candy Ice Tea

**HRÁEFNI:**
- 2 bollar bruggað te (svart eða náttúrulyf), kælt
- ¼ bolli hunang
- ¼ bolli honeycomb sælgæti, mulið
- Sítrónu sneiðar (valfrjálst)

**LEIÐBEININGAR:**
a) Í könnu skaltu sameina kælda bruggað te, hunang og mulið honeycomb nammi.
b) Hrærið þar til honeycomb nammið er uppleyst.
c) Bætið sítrónusneiðum við ef vill til að fá aukið bragð.
d) Fylltu glös með ísmolum og helltu honeycomb nammi ísteinu yfir ísinn.
e) Berið fram og njótið þessa hressandi honeycomb sælgætis íste á heitum degi.

## 13. Honeycomb Candy Latte

**HRÁEFNI:**
- 1 skot af espressó (eða sterkt bruggað kaffi)
- 1 bolli mjólk (mjólkur- eða jurtamiðuð)
- 2 matskeiðar hunang
- ¼ bolli honeycomb sælgæti, mulið
- Kakóduft eða kanill til að strjúka (valfrjálst)

**LEIÐBEININGAR:**

a) Hitið mjólk og hunang í potti yfir meðalhita þar til það er heitt en ekki sjóðandi.

b) Frostið mjólkina með þeytara eða þeytara þar til hún verður rjómalöguð.

c) Hellið espressóinu eða kaffinu í krús.

d) Bætið heitu mjólkurblöndunni í krúsina, hrærið varlega.

e) Stráið muldu honeycomb sælgæti ofan á.

f) Dustið með kakódufti eða kanil ef vill.

g) Njóttu þessa honeycomb nammi latte sem huggandi og bragðmikinn drykk.

## 14. Honeycomb Candy Milk Tea

## HRÁEFNI:

- ½ bolli tapíókaperlur (boba)
- 2 bollar vatn
- ¼ bolli honeycomb sælgæti, mulið í litla bita
- Val þitt á tei (svart te, grænt te eða önnur bragðtegund)
- Mjólk eða mjólkurlaus valkostur
- Sætuefni (valfrjálst)
- Ísmolar

## LEIÐBEININGAR:

a) Eldið tapíókaperlurnar (boba) samkvæmt leiðbeiningum á pakkanum. Venjulega þarftu að sjóða pott af vatni, bæta við boba perlunum og elda þar til þær eru mjúkar og seigar. Tæmið og skolið soðnu perlurnar með köldu vatni.

b) Setjið mulið honeycomb nammi neðst í glas.

c) Undirbúið teið að eigin vali með því að brugga það í samræmi við pakkann. Þú getur gert það heitt eða kalt, allt eftir óskum þínum.

d) Þegar teið er tilbúið skaltu hella því yfir mulið honeycomb nammið í glasinu.

e) Bætið soðnum tapíókaperlum (boba) í glasið.

f) Ef þess er óskað, bætið sætuefni við teið og hrærið þar til það leysist upp.

g) Bætið mjólk eða mjólkurlausu vali við glasið, látið smá pláss efst fyrir ís.

h) Hrærið blönduna varlega til að sameina öll innihaldsefnin.

i) Bætið við ísmolum til að kæla drykkinn og gefa honum frískandi blæ.

j) Stingdu stóru strái eða boba-strái í glasið, sem gerir þér kleift að njóta honeycomb-nammisins og boba-perlunnar saman á meðan þú sötrar drykkinn.

k) Hrærið loksins í drykkinn og hann er tilbúinn til að njóta!

## 15. Honeycomb Candy Heitt súkkulaði

## HRÁEFNI:

- 2 bollar mjólk (mjólkurvörur eða jurtaafurðir)
- 2 matskeiðar kakóduft
- 2 matskeiðar sykur
- ¼ bolli honeycomb sælgæti, mulið
- Þeyttur rjómi og súkkulaðispænir til áleggs (valfrjálst)

## LEIÐBEININGAR:

a) Hitið mjólkina í potti yfir meðalhita þar til hún er heit en ekki sjóðandi.
b) Þeytið kakóduftið og sykurinn út í þar til það er vel blandað og slétt.
c) Bætið mulið honeycomb nammi út í heita súkkulaðiblönduna.
d) Haltu áfram að hita og hræra þar til honeycomb nammið er bráðnað.
e) Hellið heita súkkulaðinu í krús.
f) Toppið með þeyttum rjóma og súkkulaðispænum ef vill.
g) Njóttu þessa ríkulega og decadent honeycomb nammi heita súkkulaði á köldum degi.

## 16.Honeycomb kornmjólk

## HRÁEFNI:
- 2 bollar mjólk (mjólkurvörur eða jurtaafurðir)
- 1 bolli honeycomb korn

## LEIÐBEININGAR:
a) Hellið mjólkinni í skál.
b) Bætið honeycomb korninu út í mjólkina.
c) Hrærið varlega til að blanda morgunkorninu út í mjólkina.
d) Látið blönduna standa í um það bil 10 mínútur og leyfið morgunkorninu að fylla mjólkina með bragði.
e) Síið mjólkina til að fjarlægja kornfast efni, ef þess er óskað.
f) Berið honeycomb kornmjólkina fram kælda eða yfir ís.
g) Njóttu þessarar nostalgísku og sætu honeycomb kornmjólk sem yndislegs drykkjar.

# FORréttir

## 17. Pistasíu og hunang Chevre Log

**HRÁEFNI:**
- 1 stokk (10 aura, eða 280 g) af chevre geitaosti
- 1/4 bolli (85 g) hunang
- 2 matskeiðar (40 g) fíkjusulta
- 1/8 til 1/4 bolli (15 til 31 g) skurnar, saxaðar pistasíuhnetur
- Framreiðsludiskur
- Lítil örbylgjuofn skál
- Skeið

**LEIÐBEININGAR:**

a) Setjið chevre ostastokkinn á borðið.

b) Hitið hunangið og sultuna í lítilli skál í örbylgjuofni þar til varðveitan er bráðnuð og auðvelt er að blanda hunanginu og sultunni saman.

c) Dreypið hunangs-sultublöndunni yfir geitaostastokkinn og stráið söxuðum pistasíuhnetum yfir.

d) Berið fram með kex eða skorpubrauði.

## 18.Rustic hollenskt ofnbrauð

## HRÁEFNI:
### FORGERJUN:
- 1 bolli (235 ml) kalt til volgt vatn (90°F til 100°F [32°C til 38°C])
- 1/2 tsk virkt þurrger
- 11/4 bollar (171 g) brauðhveiti
- 1/4 bolli (31 g) alhliða hveiti eða heilhveiti
- Stór skál
- Tréskeið
- Plastfilma

### DEIG:
- Forgerjað að ofan
- 1 bolli (235 ml) vatn (100°F til 115°F [38°C til 46°C])
- 3/4 tsk virkt þurrger
- 2 matskeiðar (40 g) hunang
- 31/2 til 4 bollar (480 til 548 g) brauðhveiti
- 2 tsk salt, eða eftir smekk
- Plastfilma
- Maísmjöl eða hveiti
- Bökunarpappír
- Hollenskur ofn
- Beittur hnífur

### LEIÐBEININGAR:
a) Til að gera forgerjunina skaltu hræra öllum forgerjunarefnum saman til að búa til þykka, blauta blöndu. Setjið plastfilmu yfir og látið standa í að minnsta kosti 2 klst. Fyrir besta bragðið, látið forréttinn hvíla lengur eða yfir nótt.

b) Til að búa til deigið, hrærið í forgerjunni með skeið og bætið síðan við vatni, geri, hunangi, 31/2 bolla (480 g) af hveiti og salti. Blandið eða hnoðið deigið, bara þar til hráefnin eru öll komin í. Deigið á að vera örlítið loðið, sóðalegt deig. Hyljið með handklæði eða plastfilmu og látið standa í 30 mínútur svo hveitið taki í sig vatnið og hnoðið það svo aftur. Það ætti nú að vera samhæfara og aðeins sléttara. Hnoðið deigið, bætið við meira hveiti ef þarf, til að gera mjúkt deig.

c) Setjið deigið í létt smurða skál, setjið létt smurða plastfilmu yfir og leyfið því að hefast þar til það er næstum tvöfalt á köldum stað eða í kæli.

d) Vinnið deigið varlega í eitt stórt brauð, reyndu að tæma deigið ekki alveg. Dustið smjörpappír með maísmjöli eða hveiti. Setjið deigið varlega á smjörpappírinn, saumið með hliðinni niður og hyljið með smurðri plastfilmu. Látið lyfta sér á heitum stað þar til það hækkar um 50 prósent eða meira.

e) Setjið hollenska ofninn inn í ofninn og forhitið báða í 425°F (220°C, eða gasmerki 7). Potturinn gæti tekið aðeins lengri tíma að hitna en ofninn sjálfur.

f) Þegar deigið er tilbúið skaltu taka pottinn úr ofninum. Takið smjörpappírinn og deigið saman og setjið beint í pottinn. Skerið eða þversum brauðið með beittum hníf. Lokið pottinum með loki og setjið inn í ofn.

g) Lækkið hitann strax í 375°F (190°C, eða gasmerki 5) og bakið í 30 mínútur. Takið lokið af og bakið í 20 til 30 mínútur til viðbótar eða þar til brauðið er bakað í gegn. Innra hitastig ætti að vera að minnsta kosti 190°F (88°C). Takið brauðið úr hollenska ofninum og setjið á grind til að kólna. Standast löngunina til að skera í brauðið á meðan það er enn heitt. Brauðið er best að njóta sín ferskt en svalt. Það geymist í nokkra daga í plastpoka.

## 19.Hunangssmjör

## HRÁEFNI:

- 1 pund (455 g) smjör
- 1/4 bolli (85 g) hunang
- Hnífur
- Miðlungs skál
- Blandari
- Bökunarpappír eða plastfilma

## LEIÐBEININGAR:

a) Skerið smjörið í bita og bætið í skálina. Hrærið smjörið saman við hrærivél á lágum hraða þar til það hefur losnað og er auðvelt að vinna.

b) Bætið hunanginu út í og blandið á meðalhraða þar til það hefur blandast vel saman.

c) Setjið með skeið á smjörpappír eða plastfilmu til að mynda bjálka og geymið í kæli í nokkrar klukkustundir eða þar til þörf er á.

d) Gerðu hunangssmjörið sérstaklega sérstakt með því að bæta 1/2 tsk af möluðum kanil og 1/2 tsk af vanilluþykkni saman við hunangið.

## 20. Basil Honey Ricotta Tartine

## HRÁEFNI:
- 1 brauð af skornu súrdeigsbrauði, skorið í 3/4 til 1 tommu (2 til 2,5 cm) sneiðar
- 1 bolli (250 g) nýmjólkurricotta
- 2 sítrónur, skrældar
- 1 bolli (24 g) sæt basilíka, stærri blöð grófsöxuð
- 1 stór hvítlauksgeiri, afhýddur
- 1/2 til 1 bolli (170 til 340 g) milt hunang
- Örflugvél eða zester fyrir sítrónur
- Grillið pönnu eða grillið til að rista brauð

## LEIÐBEININGAR:
a) Ristið brauðsneiðarnar á grilli eða á helluborði á grillpönnu í um það bil 2 mínútur á hlið. Brauðyfirborðin á að vera ristuð í ljós til meðalbrúnt.
b) Nuddaðu hvítlauksrifinu yfir aðra hliðina á ristuðu brauðinu.
c) Smyrjið lagi af ricotta á brauðið, bætið basilíkunni út í og stráið sítrónuberki yfir brauðsneiðarnar.
d) Strax áður en það er borið fram, hellið hunanginu yfir. Neyta strax.

## 21. Honeycomb Crunchie Bars

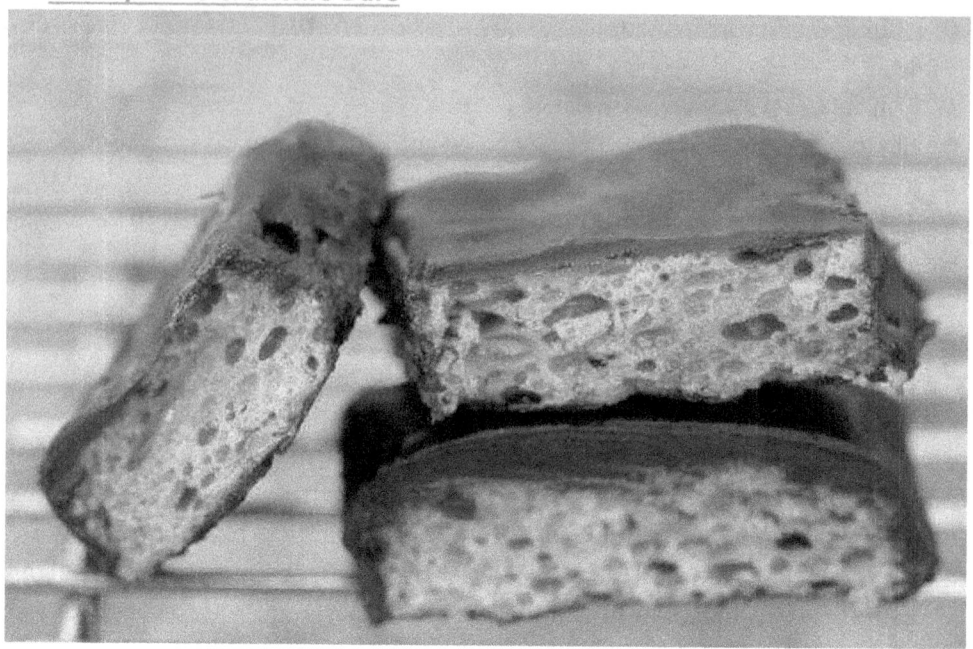

## HRÁEFNI:
- 4 bollar honeycomb korn
- 2 bollar mjólkursúkkulaðiflögur
- ¼ bolli smjör

## LEIÐBEININGAR:
a) Klæðið bökunarform eða bakka með bökunarpappír.
b) Í stórri blöndunarskál, myljið honeycomb kornið varlega og skilið eftir stærri bita fyrir áferð.
c) Bræðið súkkulaðibitana og smjörið saman í örbylgjuofnheldri skál með stuttu millibili, hrærið á milli, þar til slétt og alveg bráðnað.
d) Hellið bræddu súkkulaðiblöndunni yfir mulið kornið og hrærið þar til allt kornið er húðað.
e) Færið blönduna yfir í tilbúið bökunarform og þrýstið því vel niður með bakinu á skeið eða spaða.
f) Setjið réttinn inn í kæli í um 1 klukkustund eða þar til súkkulaðið harðnar.
g) Þegar stangirnar eru orðnar stífar, takið þær úr fatinu og skerið þær í æskilegar stærðir.
h) Berið fram og njótið honeycomb crunchie bars.

## 22. Honeycomb kornstangir

## HRÁEFNI:

- 3 bollar honeycomb korn
- 2 bollar lítill marshmallows
- 3 matskeiðar smjör
- ¼ bolli hunang
- ¼ bolli honeycomb sælgæti, mulið

## LEIÐBEININGAR:

a) Í stórri skál skaltu sameina honeycomb kornið og mulið honeycomb nammi. Setja til hliðar.
b) Bræðið smjörið í potti við vægan hita.
c) Bætið mini marshmallows út í brædda smjörið og hrærið þar til það er alveg bráðnað og slétt.
d) Takið pottinn af hellunni og hrærið hunanginu saman við.
e) Hellið marshmallowblöndunni yfir honeycomb kornblönduna og hrærið þar til hún er vel húðuð.
f) Þrýstið blöndunni vel í smurt eldfast mót.
g) Stráið ofan á viðbótar mulið honeycomb sælgæti.
h) Látið stangirnar kólna og stífna áður en þær eru skornar í ferninga.
i) Njóttu þessara yndislegu honeycomb kornbita í morgunmat á ferðinni.

## 23. Honeycomb kökustangir

**HRÁEFNI:**
- 1 ½ bolli alhliða hveiti
- ½ tsk lyftiduft
- ¼ teskeið salt
- ½ bolli ósaltað smjör, mildað
- ¾ bolli kornsykur
- ¼ bolli hunang
- 1 tsk vanilluþykkni
- 1 stórt egg
- 1 bolli mulið honeycomb sælgæti

**LEIÐBEININGAR:**
a) Forhitaðu ofninn þinn í 350°F (175°C) og smyrjið 9x9 tommu bökunarform.
b) Hrærið saman hveiti, lyftidufti og salti í meðalstórri skál. Setja til hliðar.
c) Í sérstakri stórri skál, kremið saman mjúka smjörið, sykur, hunang og vanilluþykkni þar til létt og loftkennt.
d) Þeytið eggið út í þar til það hefur blandast vel saman.
e) Bætið þurrefnunum smám saman út í blautu hráefnin og blandið þar til það hefur blandast saman.
f) Brjótið mulið honeycomb nammi saman við, geymið lítið magn fyrir álegg.
g) Dreifið kexdeiginu jafnt í undirbúið bökunarform og stráið afganginum af mulnu honeycomb nammi ofan á.
h) Bakið í 25-30 mínútur eða þar til brúnirnar eru orðnar gullinbrúnar.
i) Takið úr ofninum og látið kólna alveg áður en það er skorið í stangir.

## 24. Honeycomb Candy Bark

**HRÁEFNI:**
- 12 aura dökkt súkkulaði, brætt
- 1 bolli mulið honeycomb sælgæti
- ¼ bolli saxaðar hnetur (valfrjálst)

**LEIÐBEININGAR:**
a) Klæðið bökunarplötu með bökunarpappír.
b) Dreifið bræddu dökku súkkulaði jafnt yfir smjörpappírinn.
c) Stráið mulnu honeycomb nammi og söxuðum hnetum (ef þær eru notaðar) yfir súkkulaðið.
d) Setjið ofnplötuna í kæliskápinn í um 30 mínútur eða þar til súkkulaðið er stíft.
e) Þegar búið er að stilla, brjótið börkinn í bita og berið fram.

## 25. Honeycomb Energy Ball Bites

## HRÁEFNI:

- 1 bolli döðlur sem eru steinhreinsaðar
- ½ bolli möndlusmjör
- ¼ bolli hunang
- ½ tsk vanilluþykkni
- ¼ teskeið salt
- 1 bolli rúllaðir hafrar
- ¼ bolli mulið honeycomb sælgæti
- ¼ bolli rifinn kókoshneta (valfrjálst, til að rúlla)

## LEIÐBEININGAR:

a) Blandið saman döðlum, möndlusmjöri, hunangi, vanilluþykkni og salti í matvinnsluvél. Vinnið þar til slétt.

b) Bætið höfrum og muldu honeycomb nammi í matvinnsluvélina. Púlsaðu nokkrum sinnum til að innihalda innihaldsefnin.

c) Skerið út matskeiðar stóra hluta af blöndunni og rúllið þeim í kúlur með höndunum.

d) Ef þess er óskað skaltu rúlla orkukúlubitunum upp úr rifnum kókoshnetu fyrir auka bragð- og áferðarlag.

e) Setjið orkukúlubitana á bökunarpappírsklædda ofnplötu og kælið í a.m.k. 30 mínútur til að stífna.

f) Geymið honeycomb orkukúlubitana í loftþéttu íláti í kæli.

## 26. Honeycomb Candy Popcorn

**HRÁEFNI:**
- 8 bollar poppað popp
- ½ bolli hunang
- ¼ bolli smjör
- ½ tsk vanilluþykkni
- ½ bolli mulið honeycomb sælgæti

**LEIÐBEININGAR:**
a) Bræðið hunangið og smjörið saman í litlum potti við meðalhita.
b) Hrærið vanilludropa út í.
c) Setjið poppað poppið í stóra skál og hellið hunangsblöndunni yfir.
d) Kasta poppinu varlega til að húða það jafnt.
e) Stráið mulnu honeycomb nammi yfir poppið og kastið því aftur.
f) Látið poppið kólna og hunangsblönduna harðna áður en það er borið fram.

## 27. Honeycomb Cereal Snack Mix

**HRÁEFNI:**
- 2 bollar honeycomb korn
- 1 bolli kringlur
- ½ bolli honeycomb sælgæti, mulið
- ¼ bolli ristaðar hnetur eða möndlur
- ¼ bolli þurrkuð trönuber eða rúsínur
- ¼ bolli af hvítum súkkulaðiflögum (valfrjálst)

**LEIÐBEININGAR:**

a) Í stórri skál skaltu sameina honeycomb kornið, kringlur, mulið honeycomb nammi, ristaðar jarðhnetur eða möndlur, þurrkuð trönuber eða rúsínur og hvít súkkulaðiflögur (ef þú notar).

b) Hrærið hráefninu saman þar til það hefur blandast vel saman.

c) Flyttu snakkblönduna yfir í loftþétt ílát eða staka snakkpoka.

d) Njóttu þessarar sætu og saltu hunangskornssnarlblöndu á ferðinni eða sem skyndibiti.

## 28. Honeycomb Candy Dip

## HRÁEFNI:
- 8 aura af rjómaosti, mildaður
- ½ bolli flórsykur
- ¼ bolli hunang
- ¼ bolli honeycomb sælgæti, mulið
- Eplasneiðar, kringlur eða grahams kex til að dýfa í

## LEIÐBEININGAR:
a) Þeytið rjómaostinn í blöndunarskál þar til hann er sléttur.
b) Bætið flórsykrinum og hunanginu smám saman út í og hrærið þar til það hefur blandast vel saman.
c) Brjótið mulið honeycomb nammi saman við.
d) Flyttu ídýfuna yfir í framreiðsluskál.
e) Berið fram honeycomb sælgætisídýfuna með eplasneiðum, kringlum eða graham kexum fyrir ljúffengt snarl.

## 29. Honeycomb jógúrt parfait

## HRÁEFNI:
- 1 bolli grísk jógúrt
- 2 matskeiðar hunang
- ¼ bolli mulið honeycomb sælgæti
- ¼ bolli granóla
- Fersk ber til áleggs (valfrjálst)

## LEIÐBEININGAR:
a) Blandið grísku jógúrtinni og hunanginu saman í skál þar til það hefur blandast vel saman.
b) Settu hunangsjógúrtið, mulið honeycomb nammi og granola í glas eða krukku.
c) Endurtaktu lögin þar til öll hráefnin eru notuð.
d) Toppið með ferskum berjum ef vill.
e) Berið honeycomb jógúrt parfaitinn fram strax eða geymið í kæli þar til hann er tilbúinn til að njóta.

## 30. Honeycomb Candy Granola

## HRÁEFNI:

- 3 bollar gamaldags hafrar
- 1 bolli saxaðar hnetur (td möndlur, valhnetur, pekanhnetur)
- ¼ bolli hunang
- 2 matskeiðar kókosolía, brætt
- 1 tsk vanilluþykkni
- ¼ teskeið salt
- ½ bolli þurrkaðir ávextir (td rúsínur, trönuber, saxaðar apríkósur)
- ¼ bolli mulið honeycomb sælgæti

## LEIÐBEININGAR:

a) Forhitaðu ofninn þinn í 325°F (165°C) og klæddu bökunarplötu með bökunarpappír.

b) Í stórri skál, blandaðu saman höfrum, hakkuðum hnetum, hunangi, bræddu kókosolíu, vanilluþykkni og salti. Hrærið þar til allt hráefnið er vel húðað.

c) Dreifið blöndunni jafnt á tilbúna bökunarplötu.

d) Bakið í forhituðum ofni í 20-25 mínútur, hrærið einu sinni eða tvisvar þar til granólan er gullinbrún og ristuð.

e) Takið bökunarplötuna úr ofninum og látið granóluna kólna alveg.

f) Þegar það hefur verið kælt skaltu hræra þurrkuðum ávöxtum og muldu honeycomb nammi saman við.

g) Geymið honeycomb granola í loftþéttu íláti við stofuhita í allt að 2 vikur.

# EFTIRLITIR

# 31. Cannelé Bordelais

## HRÁEFNI:
### SLAGUR:
- 2 bollar (475 ml) nýmjólk
- 11/2 aura (42 g) ósaltað smjör
- 1 vanillustöng, klofið með fræjum
- 3/4 bolli (150 g) sykur
- 3/4 bolli (94 g) hveiti
- 1/4 tsk salt
- 2 stór egg
- 2 stórar eggjarauður
- 1/4 bolli (60 ml) dökkt romm

### MÓTFEIT:
- 1 matskeið (14 g) býflugnavax
- 1 matskeið (14 g) ósaltað smjör
- Lítill pottur
- Miðlungs skál
- Lítil skál
- Tréskeið
- Ílát með loftþéttu loki
- Cannelé mót (annaðhvort kopar, ál eða silcon)
- Lítið, hitaþolið ílát
- Hreinsið bursta fyrir moldfeiti
- Bökunar pappír

## LEIÐBEININGAR:
a) Hitið mjólkina, smjörið og vanillustöngina og fræin í potti við miðlungshita þar til smjörið er bráðið og það er látið malla. Takið af hitanum og látið kólna aðeins. Fjarlægðu vanillustöngina.

b) Hrærið saman sykri, hveiti og salti í meðalstórri skál. Setja til hliðar.

c) Hrærið eggjunum og eggjarauðunum saman í lítilli skál, passið að innihalda ekki of mikið loft. Herðið eggin með því að bæta litlu magni af volgri mjólk út í eggin og hræra áður en meiri mjólk er bætt út í. Hugmyndin er að hækka hitastig egganna án þess að elda þau. Þegar um helmingur mjólkarinnar hefur verið hrærður í eggin, bætið þá afganginum af mjólk og eggjablöndunni út í sykur- og hveitiblönduna. Hrærið bara nógu mikið til að blandast saman. Bætið romminu út í og hellið blöndunni í loftþétt ílát og kælið.

d) Látið blönduna hvíla í kæliskápnum í að minnsta kosti 2 heila daga, hrærið af og til. Látið ná stofuhita í klukkutíma áður en bakað er.
e) Þessi uppskrift er hin fullkomna forréttauppskrift. Ég set appelsínuberki út í mjólkina þegar ég geri mína en það má bæta allskonar bragði til að fínstilla uppskriftina. Prófaðu lavenderblóm, stjörnuanís eða jafnvel kaffi.
f) Þegar tilbúið er að baka, forhitið ofninn í 475°F (240°C, eða gasmerki 9) og undirbúið formin.
g) Bræðið fyrst býflugnavaxið og smjörið í litlu, hitaþolnu íláti. Til að húða mótin skaltu hita formin aðeins. Penslið býflugnavax/smjörblönduna í þunnt lag innan í formin og skellið inn í frysti til að kólna.
h) Setjið formin á bökunarplötu og hafðu nóg loftpláss í kringum hvert mót. Hrærið rólega í deiginu og hellið í biðformin. Fylltu formin um 3/4 fullt.
i) Þegar ofninn er orðinn heitur skaltu flytja bökunarplötuna varlega í ofninn og lækka hitann strax í 425°F (220°C, eða gasmerki 7).
j) Bakið í 15 mínútur. Lækkið bökunarhitann í 375°F (190°, eða gasmerki 5) í aðra klukkustund eða svo.
k) Bakið þar til að utan er miðlungs til dökkbrúnt (en ekki brennt). Takið bökunarplötuna úr ofninum og leyfið Cannelé að hvíla í 10 mínútur áður en þær eru teknar af á kæligrind.

## 32.Hunang sítrus te kökur

## HRÁEFNI:

- 2 bollar (260 g) + 2 matskeiðar (16 g) alhliða hveiti
- 2 1/4 tsk lyftiduft
- 1/2 tsk salt
- Nýrifinn börkur og safi úr 2 blóðappelsínum
- Nýrifinn börkur og safi úr 1/2 af sítrónu
- 4 stór egg, við stofuhita
- 1/2 bolli (170 g) hunang
- 3/4 bolli (175 ml) mild extra virgin ólífuolía
- 1/2 bolli (120 ml) mjólk
- Rasp
- Sítrussafapressa
- 8 tommu (23 cm) brauðform
- Bökunarpappír
- Lítil skál
- Miðlungs skál
- Þeytið
- Tréskeið

## LEIÐBEININGAR:

a) Forhitið ofninn í 350°F (180°C, eða gasmerki 4). Klæðið brauðform með bökunarpappír sem er nógu langt til að hanga yfir hliðarnar (þetta virkar handfang til að lyfta bakaðri brauðinu auðveldlega af forminu).

b) Þeytið saman hveiti, lyftiduft, salt, blóðappelsínubörk og sítrónubörkur í lítilli skál.

c) Þeytið saman egg, hunang, ólífuolíu og blóðappelsínu- og sítrónusafa í meðalstórri skál. Þeytið kröftuglega þar til það er slétt og engir kekkir. Blandið mjólkinni og hveitiblöndunni saman og hrærið þar til það er bara blandað saman og engir sjáanlegir hveitimolar.

d) Skafið deigið í tilbúið brauðformið. Bakið í 50 mínútur eða þar til hún er djúpgyllt og kakan springur aftur þegar smellt er varlega með fingrinum.

e) Látið kökuna kólna alveg áður en hún er skorin í sneiðar. Vefjið kökuafganginn vel inn í smjörpappír og njótið innan 2 daga.

## 33. Mangó Shrikhand

## HRÁEFNI:

- 3/4 bolli (180 g) síuð jógúrt (um það bil 2 bollar [460 g] óþynnt)
- 1 til 2 matskeiðar (15 til 28 ml) mjólk
- Saffran, nokkrir þræðir, mulið
- 1/4 bolli (85 g) hunang (ef mangó er of sætt, byrjaðu á minna)
- 1/4 tsk grænt kardimommuduft
- 1/4 til 1/2 bolli (62 til 125 g) mangómauk
- 6 til 8 pistasíuhnetur (eða aðrar hnetur eins og möndlur eða kasjúhnetur) smátt saxaðar, valfrjálst
- Miðlungs skál
- Lítil skál (örbylgjuofn örugg)
- Tréskeið

## LEIÐBEININGAR:

a) Hellið síuðu jógúrtinni í meðalstóra skál og setjið til hliðar.

b) Hellið mjólkinni í litla, örbylgjuþolna skál og hitið í um það bil 120°F (49°C). Bætið saffran út í og blandið saman. Bætið hunanginu við á meðan það er enn heitt og hrærið til að blanda saman. Hlýjan í mjólkinni ætti að hjálpa til við að mýkja hunangið og leyfa því að blandast kaldri jógúrtinni.

c) Bætið mjólkur- og hunangsblöndunni, kardimommudufti og mangómauki út í jógúrtina. Hrærið varlega þar til það er alveg blandað saman.

d) Hellið blöndunni í eftirréttarrétti og kælið. Ef þess er óskað, toppið með söxuðum hnetum rétt áður en borið er fram. Best að njóta innan eins eða tveggja daga.

## 34. Chunky bókhveiti granóla

**HRÁEFNI:**
- 3 bollar (240 g) hafrar (glútenlaus ef þarf)
- 1 bolli (240 g) bókhveiti
- 11/2 bollar (90 g) kókosflögur
- 1/4 bolli (52 g) chiafræ
- 1/4 bolli (36 g) kókoshnetusykur
- 1 bolli (135 g) heslihnetur (valhnetur eru líka ljúffengar.)
- 1/3 bolli (75 g) kókosolía
- 1/3 bolli (115 g) hunang
- 1 tsk vanilluþykkni
- 1/2 tsk fínkorna sjávarsalt
- 1/2 bolli (40 g) kakóduft (lífrænt, sanngjarnt ef mögulegt er)
- 2 til 3 eggjahvítur (valfrjálst)
- Stór skál
- Hnífur
- Skurðarbretti
- Lítill pottur
- Tréskeið
- Lítil skál
- Þeytið
- Spaða
- Bökunar pappír
- Bökunarpappír

**LEIÐBEININGAR:**
a)  Forhitið ofninn í 350°F (180°C, eða gasmerki 4).
b)  Blandið saman höfrum, bókhveiti, kókosflögum, chiafræjum og kókossykri í stórri skál. Saxið hneturnar gróft og bætið þeim út í blönduna.
c)  Bræðið kókosolíuna í litlum potti við lágan-miðlungshita. Bætið við hunangi, vanillu, salti og kakódufti. Þeytið til að blanda saman þar til slétt.
d)  Þeytið eggjahvíturnar í lítilli skál þar til þær verða loftkenndar.
e)  Hellið hunangs/olíublöndunni yfir þurrefnin og blandið saman með skeið til að hjúpa það alveg og jafnt. Bætið þeyttum eggjahvítunum út í og blandið vel saman.
f)  Dreifið blöndunni út í jafnt lag á klædda ofnplötu og þrýstið vel á með bakinu á spaða til að tryggja að blandan verði þétt. Bakið í 15 til 20 mínútur.
g)  Taktu úr ofninum, snúðu granólunni í stóra bita og settu aftur í ofninn til að baka í 10 mínútur í viðbót, hrærið á 3 til 4 mínútna fresti þar til það er ristað og ilmandi.
h)  Önnur góð leið til að prófa hana er með því að smakka heslihnetu, sem tekur lengstan tíma að elda hana – hún á að bragðast hnetukennd og skemmtilega ristuð. Geymið granóla í loftþéttum umbúðum í allt að nokkra mánuði.

## 35.Hunangsís

## HRÁEFNI:
- 1 1/2 bollar (355 ml) þungur rjómi
- 1 1/2 bollar (355 ml) nýmjólk
- 1/3 bolli (115 g) bókhveiti hunang eða aðeins meira af mildu bragði hunangi
- 5 stórar eggjarauður
- Klípa af salti
- 1/2 tsk vanilluþykkni
- Miðlungs pottur
- Tréskeið
- Miðlungs skál
- Þeytið
- Fínmöskva sía
- Hreinsið skál
- Löngvafilma
- Ísvél
- Þéttlokandi ílát fyrir tilbúinn ís

## LEIÐBEININGAR:
a) Settu ílátið sem þú ætlar að geyma fullunna ísinn í í frysti til að kæla. Blandið saman rjóma, mjólk og hunangi í meðalstórum potti. Hitið við meðalhita þar til það er varla kraumað, hrærið oft. Takið af hitanum og lokið. Setja til hliðar.

b) Þeytið eggjarauður í meðalstórri skál. Herðið eggjarauðurnar með því að hella smá af heita rjómanum rólega í eggjarauðurnar á meðan þið þeytið til að hækka hitann og koma í veg fyrir að eggjarauður eldist. Helltu síðan öllu aftur í pottinn.

c) Hitið blönduna yfir meðalhita, hrærið stöðugt í og skafið botninn um leið og þið hrærið. Hrærið salti og vanilluþykkni saman við á meðan kremið hitnar. Eldið varlega þar til blandan þyknar nógu mikið til að hjúpa bakhlið tréskeiðar, um það bil 4 mínútur.

d) Hellið vaniljunni í gegnum fínmaska sigti í hreina skál. Setjið skálina í ísbað og hrærið af og til þar til hún er köld, um 20 mínútur. Lokið og kælið í að minnsta kosti 3 klukkustundir eða yfir nótt.

e) Helltu kældu vaniljunni í ísvélina og fylgdu leiðbeiningum framleiðanda.

f) Eftir að ísinn hefur náð æskilegri þéttleika skaltu skafa hann í forkælda ílátið, setja lokið yfir og setja í frysti.

## 36.Bývax ís

**HRÁEFNI:**
- 2 bollar (475 ml) þungur rjómi
- 1 bolli (235 ml) nýmjólk
- 1/3 bolli (115 g) bókhveiti hunang eða aðeins meira af mildu bragði hunangi
- 7 stórar eggjarauður
- Klípa af salti
- 1/2 tsk vanilluþykkni
- 1/2 bolli (115 g) býflugnavax, brætt
- Miðlungs pottur
- Tréskeið
- Miðlungs skál
- Þeytið
- Blandari
- Fínmöskva sía
- Hreinsið skál
- Löngvafilma
- Ísvél
- Þéttlokandi ílát fyrir tilbúinn ís

**LEIÐBEININGAR:**
a) Settu ílátið sem þú ætlar að geyma fullunna ísinn í í frysti til að kæla. Blandið saman rjóma, mjólk og hunangi í meðalstórum potti. Hitið við meðalhita þar til það er varla kraumað, hrærið oft. Takið af hitanum og lokið. Setja til hliðar.
b) Þeytið eggjarauður í meðalstórri skál. Herðið eggjarauðurnar með því að hella smá af heita rjómanum rólega í eggjarauðurnar á meðan þið þeytið til að hækka hitann og koma í veg fyrir að eggjarauðurnar eldist. Helltu síðan öllu aftur í pottinn.
c) Hitið blönduna yfir meðalhita, hrærið stöðugt í og skafið botninn um leið og þið hrærið. Hrærið salti og vanilluþykkni saman við á meðan kremið hitnar. Eldið varlega þar til blandan þykknar nógu mikið til að hjúpa bakhlið tréskeiðar, um það bil 4 mínútur.
d) Takið af hitanum og þeytið bræddu býflugnavaxinu rólega út í heita vaniljunni. Hellið öllu innihaldinu í blandara og blandið á hátt í 30 sekúndur. Sigtið blönduna í hreina skál í gegnum fínmöskva sigti til að fanga vax sem ekki hefur verið blandað inn. Setjið skálina í ísbað og hrærið af og til þar til hún er köld, um 20 mínútur. Lokið og kælið í að minnsta kosti 3 klukkustundir eða yfir nótt.
e) Helltu kældu vaniljunni í ísvélina og fylgdu leiðbeiningum framleiðanda.
f) Þegar ísinn hefur náð æskilegri þéttleika, skafaðu tilbúna ísinn í forkælda ílátið, loku og settu í frysti.

## 37. Honeycomb ís

**HRÁEFNI:**
- 2 bollar þungur rjómi
- 1 bolli nýmjólk
- ¾ bolli kornsykur
- 4 stórar eggjarauður
- 1 tsk vanilluþykkni
- 1 bolli mulið honeycomb sælgæti

**LEIÐBEININGAR:**
a) Blandið saman rjómanum, nýmjólkinni og kornsykri í pott. Hitið yfir meðalhita þar til blandan er orðin heit en ekki sjóðandi, hrærið af og til.
b) Þeytið eggjarauður í sérstakri skál.
c) Hellið um ½ bolla af heitu rjómablöndunni smám saman í eggjarauðurnar, þeytið stöðugt til að tempra eggjarauðurnar.
d) Hellið hertu eggjarauðublöndunni aftur í pottinn með afganginum af rjómablöndunni og hrærið stöðugt í.
e) Eldið blönduna við meðalhita, hrærið stöðugt í, þar til hún þykknar og hjúpar bakhlið skeiðar. Ekki láta sjóða.
f) Takið pottinn af hellunni og hrærið vanilludropa út í.
g) Færið blönduna yfir í skál og hyljið hana með plastfilmu, þrýstið umbúðunum beint á yfirborðið á vaniljunni til að koma í veg fyrir að húð myndist.
h) Kældu vanlíðan í kæli í að minnsta kosti 4 klukkustundir eða yfir nótt.
i) Þegar það hefur verið kælt skaltu hella kreminu í ísvél og hræra í samræmi við leiðbeiningar framleiðanda.
j) Á síðustu mínútum hræringarinnar skaltu bæta við muldu honeycomb nammi og halda áfram að steypa þar til það er vel blandað.
k) Færið honeycomb ísinn yfir í ílát með loki og frystið í nokkrar klukkustundir til að stífna áður en hann er borinn fram.

## 38. Honeycomb Candy Frozen Jógúrtbitar

**HRÁEFNI:**
- grísk jógúrt
- Hunang
- Honeycomb nammi, mulið
- ½ bolli villt frosin bláber (valfrjálst)

**LEIÐBEININGAR:**
a) Klæðið bökunarplötu með bökunarpappír.
b) Blandaðu grískri jógúrt og hunangi í litla skál til að sæta það að þínum smekk.
c) Setjið litlar dúkkur af jógúrtblöndunni á bökunarplötuna.
d) Stráið muldu honeycomb sælgæti og berjum yfir hverja dollu.
e) Setjið ofnplötuna í frysti í nokkrar klukkustundir þar til jógúrtbitarnir eru frosnir.

### 39.Honeycomb bananakaka

**HRÁEFNI:**
- 2 bollar alhliða hveiti
- 1 ½ tsk lyftiduft
- ½ tsk matarsódi
- ¼ teskeið salt
- ½ bolli ósaltað smjör, mildað
- 1 bolli kornsykur
- 2 stór egg
- 1 tsk vanilluþykkni
- 3 þroskaðir bananar, maukaðir
- ½ bolli súrmjólk
- ½ bolli mulið honeycomb sælgæti

**LEIÐBEININGAR:**
a) Forhitaðu ofninn þinn í 350 ° F (175 ° C) og smyrðu 9 tommu hringlaga kökuform.
b) Í meðalstórri skál, þeytið saman hveiti, lyftiduft, matarsóda og salt. Setja til hliðar.
c) Í sérstakri stórri skál, kremið saman mjúka smjörið og sykurinn þar til það er létt og ljóst.
d) Þeytið eggin út í eitt í einu og síðan vanilluþykkni.
e) Blandið maukuðum bönunum saman við þar til það hefur blandast vel saman.
f) Bætið þurrefnunum smám saman við blautu hráefnin, til skiptis með súrmjólk, byrjið og endar með þurrefnunum. Blandið þar til það er bara blandað saman.
g) Brjótið mulið honeycomb nammi saman við.
h) Hellið deiginu í tilbúið kökuform og sléttið toppinn með spaða.
i) Bakið í 35-40 mínútur eða þar til tannstöngull sem stungið er í miðjuna kemur hreinn út.
j) Takið hana úr ofninum og látið kökuna kólna á forminu í 10 mínútur áður en hún er sett á grind til að kólna alveg.
k) Þegar hún hefur kólnað geturðu frostað kökuna með frosti að eigin vali eða borið fram eins og hún er.

## 40. Dökk súkkulaði hunangsseimur

**HRÁEFNI:**
- 8 aura dökkt súkkulaði, saxað
- ½ bolli mulið honeycomb sælgæti

**LEIÐBEININGAR:**

a) Klæðið bökunarplötu með bökunarpappír.

b) Bræðið dökka súkkulaðið í örbylgjuofnþolinni skál og hrærið á 30 sekúndna fresti þar til það er slétt.

c) Hellið bræðda súkkulaðinu á tilbúna bökunarplötuna og dreifið því út í jafnt lag.

d) Stráið muldu honeycomb nammi yfir bráðið súkkulaðið, þrýstið létt á það til að festast.

e) Setjið ofnplötuna í kæliskápinn í um 30 mínútur eða þar til súkkulaðið er stíft.

f) Þegar búið er að stilla, brýtur dökka súkkulaðinu hunangsseim í bita og berið fram.

## 41. Honeycomb sælgætismjólk og kornspíslur

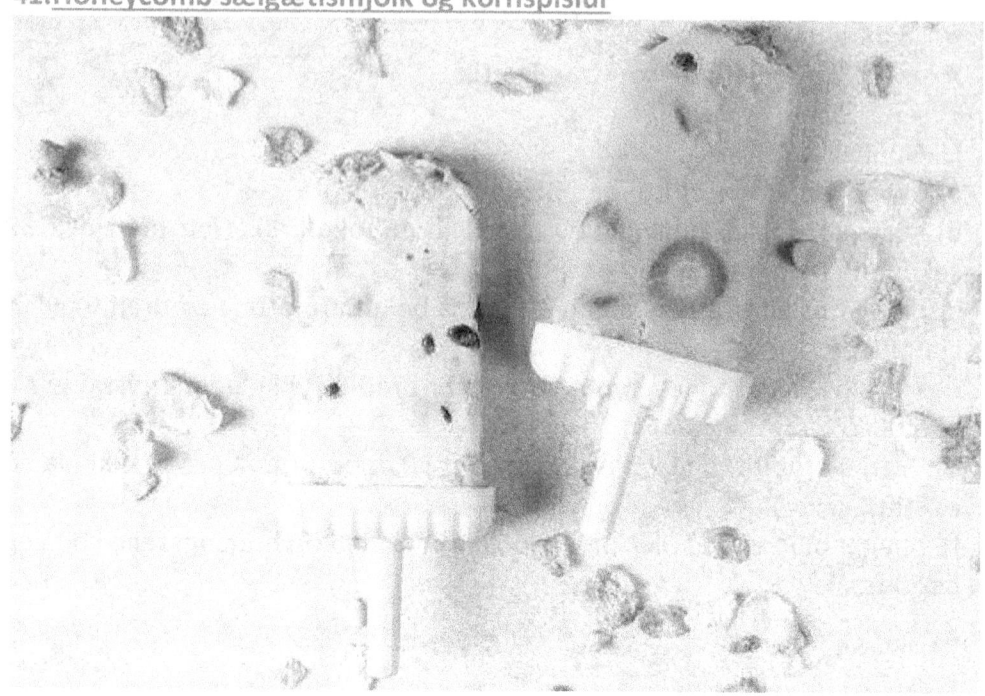

## HRÁEFNI:

- 2 bollar mjólk (mjólkurvörur eða jurtaafurðir)
- ¼ bolli hunang
- Honeycomb korn
- Honeycomb nammi, mulið
- Hakkað ber, bananar eða súkkulaðibitar (valfrjálst)

## LEIÐBEININGAR:

a) Í skál, þeytið saman mjólk og hunang þar til það hefur blandast vel saman.
b) Settu nokkra bita af mulnu honeycomb sælgæti og smá handfylli af honeycomb korn í hvert popsicle mót.
c) Bætið við valfrjálsu áleggi.
d) Hellið mjólkur- og hunangsblöndunni í formin og fyllið þau að ofan.
e) Setjið ísspinnar í hvert mót.
f) Frystið íslögin í að minnsta kosti 4-6 klukkustundir eða þar til þær eru alveg frosnar.
g) Takið skálina úr formunum og njótið.

## 42. Honeycomb ostakaka

## HRÁEFNI:
- 1 ½ bolli graham cracker mola
- ¼ bolli brætt smjör
- 16 aura rjómaostur, mildaður
- 1 bolli sykur
- 1 tsk vanilluþykkni
- 3 stór egg
- ½ bolli mulið honeycomb sælgæti

## LEIÐBEININGAR:
a) Forhitaðu ofninn þinn í 325°F (160°C) og smyrjið 9 tommu springform.
b) Blandið saman graham kex molunum og bræddu smjöri í blöndunarskál. Þrýstu blöndunni í botninn á tilbúnu pönnunni til að mynda skorpuna.
c) Í sérstakri skál, þeytið rjómaostinn, sykur og vanilluþykkni þar til slétt og rjómakennt.
d) Bætið eggjunum út í einu í einu, þeytið vel eftir hverja viðbót.
e) Brjótið mulið honeycomb nammi saman við.
f) Hellið rjómaostablöndunni yfir skorpuna í springforminu.
g) Bakið í 50-60 mínútur eða þar til miðjan hefur stífnað.
h) Taktu hana úr ofninum og láttu ostakökuna kólna alveg áður en hún er sett í kæli í nokkrar klukkustundir eða yfir nótt.
i) Berið fram kælt og skreytið með viðbótar muldu honeycomb sælgæti ef vill.

## 43. Honeycomb Candy Gateau

## HRÁEFNI:
- 2 bollar alhliða hveiti
- 2 bollar kornsykur
- 1 bolli ósaltað smjör, mildað
- 4 stór egg
- 1 bolli súrmjólk
- 1 tsk vanilluþykkni
- 1 tsk lyftiduft
- ½ tsk matarsódi
- ¼ teskeið salt
- 1 bolli mulið honeycomb sælgæti
- Þeyttur rjómi eða frost til að skreyta (valfrjálst)

## LEIÐBEININGAR:
a) Forhitaðu ofninn þinn í 350°F (175°C) og smyrjið og hveiti tvö 9 tommu kringlótt kökuform.
b) Í stórri hrærivélarskál, kremið saman mjúka smjörið og strásykurinn þar til það er létt og ljóst.
c) Þeytið eggin út í, eitt í einu, og síðan vanilluþykkni.
d) Í sérstakri skál, þeytið saman hveiti, lyftiduft, matarsóda og salt.
e) Bætið þurrefnunum smám saman við blautu hráefnin, til skiptis með súrmjólk, byrjið og endar með þurrefnunum. Blandið þar til það er bara blandað saman.
f) Brjótið mulið honeycomb nammi saman við.
g) Skiptið deiginu jafnt á milli tilbúnu kökuformanna og sléttið toppana með spaða.
h) Bakið í forhituðum ofni í 25-30 mínútur eða þar til tannstöngull sem stungið er í miðjuna kemur hreinn út.
i) Takið þær úr ofninum og látið kökurnar kólna í formunum í 10 mínútur áður en þær eru settar á vírgrind til að kólna alveg.
j) Þegar þær hafa kólnað er hægt að frosta kökurnar með þeyttum rjóma eða frosti ef vill. Setjið lögin saman til að búa til köku í hliðarstíl.

## 44. Honeycomb íssamlokur

**HRÁEFNI:**
- 1-pint honeycomb ís
- 12 smákökur að eigin vali (súkkulaðibitar, sykur o.s.frv.)
- Myldu honeycomb nammi til að rúlla

**LEIÐBEININGAR:**
a) Leyfið honeycomb-ísnum að mýkjast aðeins við stofuhita.
b) Taktu kúlu af ís og settu hann á sléttu hliðina á einni köku.
c) Toppaðu ísinn með annarri kex, þrýstu varlega til að búa til samloku.
d) Rúllaðu brúnum íssamlokunnar í mulið honeycomb sælgæti til að húða hliðarnar.
e) Endurtaktu ferlið með afganginum af smákökum og ís.
f) Setjið honeycomb íssamlokurnar í frysti í að minnsta kosti 1 klukkustund eða þar til þær eru orðnar stífar.
g) Berið fram kældu íssamlokurnar fyrir yndislegan hunangsseima meðlæti.

## 45.Hunang kaffi kaka

## HRÁEFNI:
**FYRIR Kökuna:**
- 2 bollar alhliða hveiti
- 1 ½ tsk lyftiduft
- ½ tsk matarsódi
- ¼ teskeið salt
- ½ bolli ósaltað smjör, mildað
- ¾ bolli kornsykur
- 2 stór egg
- 1 tsk vanilluþykkni
- ½ bolli sýrður rjómi
- ¼ bolli hunang
- ¼ bolli mjólk

**FYRIR STREUSEL áleggið:**
- ½ bolli alhliða hveiti
- ¼ bolli kornsykur
- ¼ bolli pakkaður púðursykur
- ½ tsk malaður kanill
- ¼ bolli ósaltað smjör, brætt

**FYRIR GLÍAN:**
- 1 bolli flórsykur
- 1 matskeið hunang
- 2 matskeiðar mjólk

## LEIÐBEININGAR:
a) Forhitaðu ofninn þinn í 350°F (175°C). Smyrjið og hveiti 9 tommu hringlaga kökuform.
b) Í meðalstórri skál, þeytið saman hveiti, lyftiduft, matarsóda og salt. Setja til hliðar.
c) Í stórri hrærivélarskál, kremið saman mjúka smjörið og strásykurinn þar til það er létt og ljóst.
d) Þeytið eggin út í eitt í einu og síðan vanilluþykkni.
e) Bætið sýrðum rjóma, hunangi og mjólk saman við smjörblönduna og blandið þar til það hefur blandast vel saman.
f) Bætið þurrefnunum smám saman við blautu hráefnin og hrærið þar til það er bara blandað saman. Passið að blanda ekki of mikið.
g) Hellið deiginu í tilbúna kökuformið og dreifið því jafnt yfir.

h) Í sérstakri lítilli skál blandið saman hveiti, kornsykri, púðursykri og kanil fyrir streusel áleggið.
i) Hellið bræddu smjöri út í og hrærið þar til blandan líkist grófum mola.
j) Stráið streusel álegginu jafnt yfir kökudeigið.
k) Bakið í forhituðum ofni í 30-35 mínútur, eða þar til tannstöngull sem stungið er í miðjuna kemur hreinn út.
l) Takið kökuna úr ofninum og leyfið henni að kólna á forminu í 10 mínútur og setjið hana síðan yfir á vírgrind til að kólna alveg.
m) Á meðan kakan er að kólna, undirbúið gljáann með því að þeyta saman flórsykri, hunangi og mjólk þar til hún er slétt.
n) Þegar kakan hefur kólnað, hellið gljáanum yfir kökuna.
o) Skerið niður og berið fram dýrindis hunangskaffuköku.
p) Njóttu þessarar raka og bragðmiklu hunangsfylltu kaffitertu með kaffibolla eða tei!

## 46. Honeycomb sítrónu kaka

**HRÁEFNI:**
**FYRIR Kökuna:**
- 2 bollar alhliða hveiti
- 2 tsk lyftiduft
- ½ tsk matarsódi
- ¼ teskeið salt
- ½ bolli ósaltað smjör, mildað
- 1 bolli kornsykur
- 3 stór egg
- Börkur af 2 sítrónum
- ¼ bolli ferskur sítrónusafi
- ½ bolli súrmjólk
- ¼ bolli hunang
- 1 tsk vanilluþykkni

**FYRIR HUNANGSKEUKUFYLLINGuna:**
- 1 bolli honeycomb sælgæti, mulið í litla bita

**FYRIR Sítrónugljáann:**
- 1 bolli flórsykur
- 2 matskeiðar ferskur sítrónusafi

**LEIÐBEININGAR:**
a) Forhitaðu ofninn þinn í 350°F (175°C). Smyrjið og hveiti 9 tommu hringlaga kökuform.
b) Í meðalstórri skál, þeytið saman hveiti, lyftiduft, matarsóda og salt. Setja til hliðar.
c) Í stórri hrærivélarskál, kremið saman mjúka smjörið og strásykurinn þar til það er létt og ljóst.
d) Þeytið eggin út í einu í einu og síðan sítrónuberki og sítrónusafa.
e) Bætið súrmjólkinni, hunanginu og vanilluþykkni við smjörblönduna og blandið þar til það hefur blandast vel saman.
f) Bætið þurrefnunum smám saman við blautu hráefnin og hrærið þar til það er bara blandað saman. Passið að blanda ekki of mikið.
g) Hellið helmingnum af kökudeiginu í tilbúna kökuformið og dreifið því jafnt yfir.
h) Stráið mulnu honeycomb nammi yfir deigið og tryggið jafna dreifingu.
i) Hellið afganginum af kökudeiginu yfir honeycomb sælgætislagið og dreifið því yfir fyllinguna.
j) Bakið í forhituðum ofni í 30-35 mínútur, eða þar til tannstöngull sem stungið er í miðjuna kemur hreinn út.
k) Takið kökuna úr ofninum og leyfið henni að kólna á forminu í 10 mínútur og setjið hana síðan yfir á vírgrind til að kólna alveg.
l) Á meðan kakan er að kólna, undirbúið sítrónugljáann með því að þeyta saman flórsykri og ferskum sítrónusafa þar til hún er slétt.
m) Þegar kakan hefur kólnað, dreypið sítrónugljáanum yfir kökuna.
n) Skerið niður og berið fram dýrindis honeycomb sítrónuköku.

# KÖKKUR OG sælgæti

## 47.Hunangskökur

**HRÁEFNI:**
- 1/2 bolli (225 g) smjör, mildað
- 1/2 bolli (115 g) dökk púðursykur, pakkaður
- 1/2 bolli (170 g) hunang
- 1 egg
- 11/2 bollar (188 g) alhliða hveiti
- 1/2 tsk matarsódi
- 1/2 tsk salt
- 1/2 tsk kanill
- Bökunar pappír

**LEIÐBEININGAR:**

a) Forhitið ofninn í 375°F (180°C, eða gasmerki 4).

b) Þeytið saman smjör, púðursykur, hunang og egg í miðlungs skál þar til það er slétt, skafið hliðarnar af og til. Hrærið öllu hráefninu sem eftir er saman við.

c) Slepptu deiginu með skeið á smurða eða klædda ofnplötu. Bakið í um það bil 7 til 10 mínútur eða þar til kökurnar eru stífnar og brúnirnar eru farnar að brúnast. Kökurnar munu enn líta glansandi út þegar þær eru tilbúnar.

d) Takið þær af ofnplötunni, setjið á kæligrind og látið kólna alveg. Þessar eru best að njóta ferskar, en ef þarf geymast þær í nokkra daga í loftþéttum umbúðum.

## 48.Orkubitar

**HRÁEFNI:**
- 2 bollar (160 g) hafrar
- 1 bolli (þyngd mun vera mismunandi) fræ
- 1/2 bolli (þyngd er mismunandi) hnetur, saxaðar
- 1/2 bolli (þunginn er mismunandi) þurrkaðir ávextir saxaðir ef þarf
- 2 matskeiðar (44 g) hörfræ, malað
- 2/3 bolli (230 g) hunang
- 1/2 til 3/4 bolli (130 til 195 g) hnetusmjör
- 1 matskeið (15 ml) vanilluþykkni
- 4 matskeiðar (36 g) frjókorn
- Miðlungs skál
- Lítil skál
- Tréskeið

**LEIÐBEININGAR:**
1. Mælið allt þurrefnin í meðalstóra skál. Setja til hliðar.
2. Mælið hunangið og hnetusmjörið í litla skál. Hitið blönduna örlítið svo auðveldara sé að hræra hana. Bætið við vanilluþykkni og frjókornum. Hrærið til að blanda saman.
3. Bætið hunangshnetusmjörblöndunni út í þurrefnin og blandið vel saman.
4. Mótaðu kúlur sem eru um það bil 1 1/2 tommur (4 cm) í þvermál. Geymið í loftþéttu íláti í kæli. Þeir geymast í nokkrar vikur ef þær eru geymdar í kæli.

## 49.Hunangskaramellur

**HRÁEFNI:**
- 1 bolli (235 ml) þungur rjómi
- 1 vanillustöng, skipt eftir endilöngu
- 3 matskeiðar (15 g) ósykrað kakóduft (valfrjálst)
- 11/3 bollar (267 g) sykur
- 2/3 bolli (230 g) hunang
- 1 stafur (4 aura, eða 112 g) af ósaltuðu smjöri, mildað og skorið í bita
- 1 tsk gróft sjávarsalt
- Ofnform, 9 tommur x 9 tommur (23 cm x 23 cm)
- Smjörpappír
- Lítill pottur
- Stór pottur
- Þeytið
- Nammi hitamælir
- Beittur hnífur
- Skurðarbretti

**LEIÐBEININGAR:**
1. Klæðið bökunarformið með vaxpappír og skilið eftir langa yfirhengi á tveimur hliðum.
2. Blandið saman rjóma og klofinni vanillustöng í litlum potti og látið malla við vægan hita í 10 mínútur. Fjarlægðu vanillustöngina, skafðu fræin úr og bætið út í rjómann. Bætið kakóduftinu út í, ef vill, og hrærið til að blanda saman. Haltu hita á lágum hita.
3. Blandið saman sykrinum og hunanginu í stórum potti. Án þess að hræra, leysið hunangs- og sykurblönduna upp við meðalhita þar til hún er slétt og bráðnuð. Haltu áfram að hita blönduna þar til hún hefur dökknað í djúpan karamellulit, um það bil 5 mínútur. Fylgstu vel með - sykur brennur fljótt!
4. Takið af hellunni og þeytið smjörklumpunum saman við einn í einu. Þegar öllu smjörinu er bætt út í, þeytið heitu vanillurjómablöndunni út í.
5. Láttu suðuna koma upp í pottinum við meðalhita og haltu áfram að sjóða þar til blandan nær harðboltastigi (sjá hliðarstiku). Takið af hitanum og hellið karamellunni í tilbúna pönnuna.
6. Settu pönnuna inn í kæli í um það bil 10 mínútur til að setja sig aðeins upp og stráðu síðan sjávarsalti yfir karamellur. Látið karamellurnar standa við stofuhita í um það bil klukkustund eða þar til þær eru alveg kældar.
7. Til að taka af pönnunni skaltu toga varlega í vaxpappírinn og taka karamellukubbinn af pönnunni. Skerið í ferninga með beittum hníf og vefjið inn í litla bita af vaxpappír.
8. Geymið innpakkaðar karamellur í loftþéttu íláti til að koma í veg fyrir að þær dragi að sér raka og verði gúmmí að utan. Miðað við að þeir fái ekki borðað fyrst ættu þeir að geymast í nokkrar vikur.

## 50.Piparmyntubollur

**HRÁEFNI:**
- 3,5 til 4 aura (100 til 115 g) súkkulaði
- 3 matskeiðar (60 g) fast hunang
- 1/4 tsk piparmyntuolía (matarháð)
- Tvöfaldur ketill
- 1/2 tsk mæliskeið
- Sílikon mini-muffins mót
- Lítil skál
- Skeið
- Nammi álpappír

**LEIÐBEININGAR:**
a) Bræðið súkkulaðið í tvöföldum katli. Þegar það hefur bráðnað skaltu dreypa um það bil 1/2 teskeið af súkkulaðinu í botninn á hverjum sílikonmuffinsbolla. Notið skeiðina til að dreifa súkkulaðinu aðeins upp á hliðarnar og leyfið að harðna.
b) Blandið hunangi og piparmyntuolíu saman í lítilli skál.
c) Þegar fyrsta lagið af súkkulaði hefur harðnað skaltu setja skeið af hunangsblöndunni í miðjuna á hverjum bolla og setja afganginn af bræddan súkkulaðinu ofan á. Ég byrja venjulega að rigna að utan og vinn í átt að miðjunni. Kældu vandlega og stingdu upp úr formunum.
d) Geymið í loftþéttu íláti. Geymist í nokkra mánuði.

# UNDIRKYNDIR

## 51. Hunangssinnep

**HRÁEFNI:**

- 1/4 bolli (44 g) gul sinnepsfræ
- 1/4 bolli (60 ml) vatn
- 2 matskeiðar (28 ml) eplasafi edik
- 1/4 tsk salt
- 2 til 4 matskeiðar (40 til 85 g) hunang
- Dósakrukka með breiðum munni (475 ml).
- Dýfingarblöndunartæki
- Mælibollar og skeiðar

**LEIÐBEININGAR:**

a) Mældu sinnepsfræin í niðursuðukrukkuna á stærð við pint (475 ml). Bætið vatninu við og látið standa í nokkrar mínútur. Bætið edikinu út í, hyljið krukkuna með loki og kælið yfir nótt.

b) Daginn eftir verða fræin búin að drekka upp mestan hluta vökvans. Notaðu blöndunartæki til að mauka innihald krukkunnar eins mikið og þú vilt. Bætið salti og hunangi saman við og blandið vel saman.

c) Bætið lokinu við og kælið sinnepið í nokkra daga, leyfið því að mýkjast aðeins áður en bragðið er metið. Geymist í nokkra mánuði í kæli.

## 52.Hunangs avókadódressing

**HRÁEFNI:**
- 1/2 bolli (120 ml) vínberjaolía
- 2 matskeiðar (40 g) hunang eða gerjaður hunangshvítlaukur (sýnt hér)
- 2 hvítlauksgeirar
- 1 meðalstórt avókadó, afhýtt, skorið og saxað
- 1/4 bolli (60 ml) lime safi
- 1/4 bolli (4 g) saxaður kóríander
- Salt og svartur pipar eftir smekk
- Blandari
- Spaða
- Loftþétt ílát

**LEIÐBEININGAR:**

a) Blandið saman olíu, hunangi, hvítlauk, avókadó, limesafa og kóríander í blandara og kryddið með salti og pipar. Maukið þar til slétt.

b) Notaðu spaða til að flytja dressinguna í loftþétt ílát.

c) Geymið í kæli í allt að 3 daga.

## 53.Hunangsvínaigrette með frjókornum

## HRÁEFNI:

- 1/4 bolli (60 ml) ólífuolía
- 1/4 bolli (60 ml) sítrónusafi
- 1/4 bolli (60 ml) eplasafi edik
- 2 matskeiðar (30 g) hunangssinnep
- 11/2 matskeiðar (14 g) býflugnafrjó
- 1 hvítlauksgeiri, saxaður
- 1 til 2 tsk hunang (fer eftir sætleika hunangssinneps)
- 1/2 tsk kúmen
- 1/2 tsk sæt paprika
- Salt og pipar eftir smekk
- Pint (475 ml) krukku eða karaffa með loki

## LEIÐBEININGAR:

a) Blandið öllu hráefninu saman í krukku eða könnu.
b) Geymið í kæli í nokkrar klukkustundir til að bragðefnin nái saman og frjókornin brotni í sundur.
c) Blandið vel saman áður en borið er fram.
d) Geymist í ca 1 viku í kæli.

## 54.Hunangsgrillsósa

**HRÁEFNI:**
- 1 bolli (240 g) tómatsósa
- 1 bolli (235 ml) hvítt edik
- 2 matskeiðar (40 g) melass
- 1 bolli (340 g) hunang
- 1 tsk salt
- 1/2 tsk pipar
- 2 tsk þurrt sinnep
- 1 tsk paprika
- 1 1/2 tsk hvítlauksduft
- 1 1/2 tsk laukduft
- Miðlungs pottur
- Þeytið
- Loftþétt ílát

**LEIÐBEININGAR:**

a) Þeytið allt hráefnið í meðalstóran pott og hitið við meðalhita. Sjóðið grillsósuna í 10 til 15 mínútur.

b) Takið af hellunni og látið kólna.

c) Færið í loftþétt ílát og geymið í kæli þar til það er tilbúið til notkunar. Notist innan 1 mánaðar.

## 55. Reykt hunang

**HRÁEFNI:**
- Hunang
- Reykingar viðarflísar
- Reykvél eða grill
- Þynnubakkar
- Tréskeið
- Bakkalok úr álpappír, álpappír eða plastfilmu
- Loftþétt ílát

**LEIÐBEININGAR:**

a) Hellið hunanginu í álpappírsbakka (gætið þess að hunangið sé ekki þykkara en 1/2 tommu [1 cm] fyrir hámarks útsetningu).

b) Settu álpappírsbakkana á vírgrind í reykvélinni eða grillinu.

c) Kaldreykið hunangið í 30 mínútur fyrir smærri reykingamenn eða 60 mínútur fyrir stærri reykingamenn. Hrærið á 15 til 20 mínútna fresti.

d) Taktu bakkana af reykvélinni eða grillinu.

e) Hyljið bakkana með loki, filmu eða plastfilmu og setjið til hliðar (inni) við stofuhita í 24 klukkustundir.

f) Smakkaðu reykta hunangið, blandaðu því saman við óreykt hunang ef reykta bragðið er of sterkt fyrir þig.

g) Hellið reykta hunanginu í loftþétt ílát eins og glerkrukkur með loki.

h) Þetta má nota strax eða geyma við stofuhita eins og með venjulegt hunang. Hrærið hunangið fyrir notkun.

# GERJAÐUR MATUR

## 56. Gerjuð tómatsósa

## HRÁEFNI:

- 2 dósir (6 aura, eða 170 g, hver) af tómatmauki
- 3 matskeiðar (60 g) hunang
- 3 matskeiðar (45 ml) eplasafi edik
- 2 matskeiðar (28 ml) mysa
- 1/4 tsk laukduft
- 1/2 tsk salt
- 1/8 tsk svartur pipar
- 1/8 tsk kryddjurt
- Hreinsið lítra (475 ml) krukku
- Niðursuðulok eða lok með loftlás

## LEIÐBEININGAR:

a) Blandið öllu hráefninu saman í dósakrukku á stærð við lítra (475 ml), smakkið til og stillið kryddið eftir þörfum. Lokið með loftlás eða venjulegu loki.

b) Leyfðu heimabakað tómatsósu að sitja úti við stofuhita í 2 til 3 daga. Ef þú notar venjulegt lok skaltu opna krukkuna á hverjum degi eða svo til að losa lofttegundirnar. Þetta er ekki nauðsynlegt ef notaður er loftlás.

c) Geymið tómatsósuna í kæliskápnum í 3 daga í viðbót áður en hún er notuð. Geymist í nokkrar vikur.

## 57. Gerjaður hunang hvítlaukur

## HRÁEFNI:
- 3 til 5 hvítlaukslaukar
- Um það bil 1 bolli (340 g) hrátt hunang
- Hreinsaðu 475 ml krukku með loki

## LEIÐBEININGAR:
a) Afhýðið hvítlauksrifurnar og myljið þau létt.
b) Fylltu hálfa lítra krukku (475 ml) um það bil þrjá fjórðu af hvítlauk og bættu við nægu hunangi til að hylja á meðan nægilegt höfuðpláss er í krukkunni til að gerjunin geti bólað, að minnsta kosti 1 til 2 tommur (2,5 til 5 cm). Skrúfaðu lokið á krukkuna og láttu það hvíla á borðinu þínu í 1 mánuð.
c) Á hverjum degi skaltu grenja krukkuna með því að taka lokið af og losa uppsafnað loft. Eftir 1 mánuð, geymdu í kæli.

## 58.Gerjuð hunangströnuber

## HRÁEFNI:

- 1 poki (12 aura, eða 340 g) af ferskum trönuberjum
- Börkur af einni appelsínu
- Hunang til að hylja, um það bil 12 aura, eða 340 g
- Sigti
- Matvinnsluvél
- Hreinsið Quart (950 ml) niðursuðukrukka með loki

## LEIÐBEININGAR:

a) Skolaðu og flokkaðu trönuberin og púlsaðu síðan berin létt í matvinnsluvél. Markmiðið er að brjóta þá opna, ekki mauka þá.

b) Bætið berjunum og appelsínuberkinum í niðursuðukrukku (950 ml). Hellið hunanginu yfir trönuberin og fyllið hægt upp krukkuna, stoppað um 1 til 2 tommur (2,5 til 5 cm) frá toppnum.

c) Lokaðu krukkunni og settu krukkuna á heitum, dimmum stað. Snúðu krukkunni daglega í 1 til 2 vikur þar til hunangið þynnist og láttu trönuberin síðan gerjast í 4 til 6 vikur í viðbót. Geymið á köldum stað.

## 59. Gerjað Probiotic Honey Berry Soda

## HRÁEFNI:

- 5 bollar (1,2 L) vatn
- 5 bollar (þyngd er mismunandi) ber (mulin)
- 3/4 bolli (170 g) hunang
- 1/2 bolli (120 ml) fersk mysa (sjá Síið jógúrt fyrir mysu, sýnt hér)
- Auka vatn eftir smekk
- Stór pottur
- Hitamælir
- Sigti eða sigti
- Hreinsaðu 1/2 lítra (1,9 L) niðursuðukrukku úr gleri með loki með loftlæsingu
- Tréskeið
- Hreinsaðu flip-top flöskur

## LEIÐBEININGAR:

a) Í potti, látið vatnið og berin sjóða varlega í um það bil 30 mínútur. Leyfðu blöndunni að kólna í um það bil 100°F (38°C).

b) Sigtið berjavökvanum í gegnum sigti í tilbúna gerjunarkrukkuna. Bætið hunanginu í krukkuna, blandið saman til að leysa það alveg upp. Bætið mysunni og vatni í viðbót eftir smekk. Blandan verður frekar sæt en mikið af þeirri sætu mun fara upp í gerjunina.

c) Lokaðu krukkunni með loki með loftlæsingu og látið standa á heitum stað á borðinu í um það bil 3 daga. Athugaðu hvort súr og súrleiki sést. Gerjun getur tekið allt að 1 viku eða lengur eftir hitastigi á meðan á gerjun stendur og styrk mysunnar. Því hlýrra sem herbergið er og því lengur sem gerjunin er, því meira og súrt verður gosið.

d) Þegar það hefur náð ákjósanlegri súrleika og gosi skaltu flytja gosið yfir á flip-top flöskurnar og setja í kæli til að hægja á gerjuninni þar til gosið er hægt að neyta. Gosið er venjulega best þegar það er neytt innan 2 vikna.

## 60. Tepache

**HRÁEFNI:**
- 1/2 af ananas skorinn í bita (skiljið húðina eftir.)
- 1/2 bolli (170 g) dökkt hunang
- 4 bollar (950 ml) vatn
- 2 heil negul
- 2 tamarind fræbelgur
- 1 kanilstöng
- Hnífur og skurðarbretti
- Hreinsið 1,9 lítra (1/2 lítra) glerkrukku
- Tréskeið
- Bómullarklút eða handklæði
- Sigti

**LEIÐBEININGAR:**
a) Þvoið ananasinn og skerið í bita.
b) Blandið hunanginu og vatni í 1,9 lítra (1/2 lítra) krukkuna þar til það er alveg uppleyst.
c) Bætið ananasbitunum í krukkuna og hyljið með bómullarklút eða handklæði. Settu krukkuna til hliðar á köldum, þurrum stað fjarri beinu sólarljósi og láttu hana gerjast í 3 til 4 daga. Það verður skýjað og myndar skaðlausa hvíta froðu sem hægt er að renna af.
d) Sigtið tilbúinn tepache í könnu og geymið í kæli þar til hann er vel kældur. Berið fram yfir ís. Þessu er best að neyta innan nokkurra daga frá þenslu.

# DRYKKIR

# 61. Basic hunangssíróp

**HRÁEFNI:**
- 1/2 bolli (170 g) hunang
- 1/2 bolli (120 ml) vatn
- Miðlungs pottur
- Tréskeið

**LEIÐBEININGAR:**

a) Hitið hunangið og vatnið við meðalhita þar til hunangið er alveg uppleyst og blandan einsleit. Ekki sjóða.

b) Látið kólna alveg fyrir notkun. Það má geyma í kæli í allt að 2 vikur.

## 62. Engiferöl

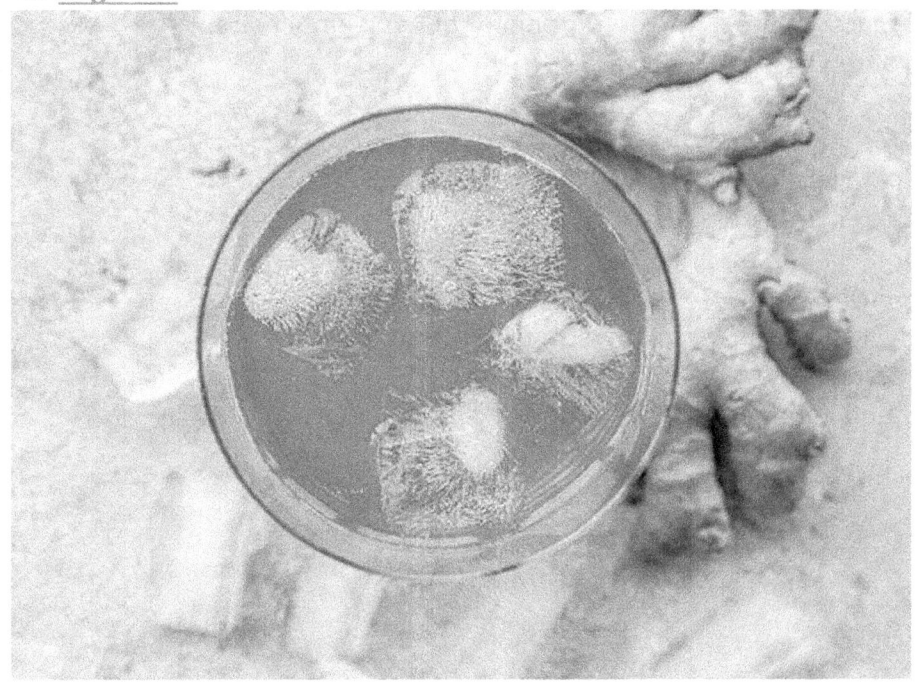

**HRÁEFNI:**
- 2 matskeiðar (28 ml) sterkt engifer hunang einfalt síróp
- 6 aura (175 ml) freyðivatn
- Ís
- Twist af lime berki
- Kokteilglas
- Kokteil hræristokkur

**LEIÐBEININGAR:**
a) Hellið sírópinu og freyðivatninu yfir ísinn.
b) Hrærið varlega til að blanda saman.
c) Bætið lime berkinum út í og njótið.

## 63.Mandarín Fiz

**HRÁEFNI:**
- 1/2 bolli (120 ml) ferskur mandarínu- eða mandarínusafi
- 1/2 tsk sítrónusafi
- 2 matskeiðar (28 ml) einfalt hunangssíróp
- 1/2 bolli (120 ml) hindberjafreyðivatn
- Ís
- Handfylli af ferskum hindberjum til skrauts
- Kokteilglas
- Kokteil hræristokkur

**LEIÐBEININGAR:**
a) Hellið öllu hráefninu yfir ísinn.
b) Hrærið varlega til að blanda saman.
c) Skreytið með hindberjum.

## 64. Agúrka sítrónugras hunangskokteill

**HRÁEFNI:**
- 3/4 bolli (175 ml) agúrkusafi (u.þ.b. 225 g óafhýddar gúrkur) og agúrkuspjót til skrauts
- 2 matskeiðar (28 ml) sítrónugras hunang einfalt síróp
- 1 skot (1,5 aura, eða 42 ml) af vodka eða gini
- Ís
- Safapressa eða blandara
- Kokteilglas
- Kokteil hræristokkur

**LEIÐBEININGAR:**
a) Safi 1/2 pund (225 g) af gúrkum (eða meira ef þörf krefur) í safapressu til að fá 3/4 bolla (175 ml) af gúrkusafa.
b) Hellið sítrónugrashunangssýrópinu, gúrkusafanum og vodka eða gini yfir ís.
c) Hrærið varlega til að blanda saman.
d) Skreytið með gúrkuspjóti.

## 65. Apríkósu Kardimommukokkteill

**HRÁEFNI:**
- 3 aura (90 ml) apríkósu nektar
- 2 matskeiðar (28 ml) kardimommum hunang einfalt síróp
- 1/2 msk lavender hunang einfalt síróp
- Skvetta af greipaldinsafa
- 1 skot (1,5 únsur, eða 42 ml) af brennivíni
- Ís
- Kokteilglas
- Kokteil hræristokkur

**LEIÐBEININGAR:**
a) Hellið öllu hráefninu yfir ísinn.
b) Hrærið varlega til að blanda saman.

## 66.Tequila hunangskokteill

**HRÁEFNI:**
- 2 aura (60 ml) tequila
- 3 matskeiðar (45 ml) einfalt hunangssíróp (eða prófaðu hunangssíróp afbrigði, eins og kardimommur)
- 11/2 matskeiðar (23 ml) ferskur sítrónusafi
- Ís
- 2 skvísur af Angostura bitters
- Sítrónuberki snúningur til skrauts
- Kokteilhristari
- Kokteilglas

**LEIÐBEININGAR:**
a) Bætið tequila, hunangssírópi og sítrónusafa í hristara með ís og hristið þar til það er kalt.
b) Hellið í kokteilglas og bætið við 2 sköflum af beiskjunni.
c) Skreytið með sítrónuberki.

## 67. Litháískur hunangsbrennivín

**HRÁEFNI:**
- 21/4 bollar (765 g) hunang
- 1 lítri (950 ml) vatn
- 8 heilir negull
- 3 kanilstangir
- 10 kardimommubelgir, sprungnir
- 1/2 af heilum múskat, sprunginn
- 5 heilir kryddjurtir, sprungnir
- 11/2 tsk svört piparkorn
- 1 tsk fennelfræ
- 3 tommu (7,5 cm) engiferrót, skorin í þykkar sneiðar
- Börkur af 1 appelsínu, aðeins hýði, engin mör
- Börkur af 1/2 af sítrónu, aðeins hýði, engin mör
- 1 vanillustöng, klofin og skafin
- 1 flaska (750 ml) 190 proof korn alkóhól
- Stór pottur
- Tréskeið
- Sigti
- Flöskur með toppi, nóg til að taka 2 lítra (1,9 L)

**LEIÐBEININGAR:**

a) Gerðu lotu strax eftir hunangsuppskeru svo að sumir verði tilbúnir fyrir gjafatímabilið fyrir hátíðirnar.

b) 1. Hitið hunangið og vatnið í stórum potti að suðu. Fjarlægðu alla froðu sem kemur upp á yfirborðið.

c) 2. Bætið við öllu öðru hráefni nema kornalkóhólinu. Látið malla án loksins í 30 mínútur.

d) 3. Slökkvið á hitanum og bætið kornalkóhólinu við enn heita blönduna, hrærið til að sameina. Sigtið blönduna.

e) 4. Hellið í hreinar, dauðhreinsaðar flöskur og setjið til hliðar í að minnsta kosti 2 vikur, lengur ef hægt er.

# 68. Elderberry Tonic

**HRÁEFNI:**
- 2 bollar (290 g) fersk eldaber
- 3 bollar (700 ml) vatn
- 1 bolli (340 g) hunang
- 1 flaska (750 ml) hreint kornalkóhól, vodka eða brandy
- Miðlungs pottur
- Kartöflustöppu
- Sigti
- Flöskur með toppi, nóg fyrir 1 lítra (950 ml)

**LEIÐBEININGAR:**

f)  1. Setjið eldberin og vatnið í pott. Skerið berin með kartöflustöppu til að losa safann. Látið suðuna koma upp og leyfið að kólna.

g)  2. Hrærið hunanginu og áfenginu saman við.

h)  3. Hellið í hreinar, sæfðar flöskur og leyfið að eldast í að minnsta kosti 1 mánuð.

# 69. Turmeric Honey Super Booster

**HRÁEFNI::**
- 1/4 bolli (85 g) hrátt hunang
- 1 tsk sítrónubörkur
- 1 matskeið (7 g) malað túrmerik
- 2 matskeiðar (28 ml) hrátt ósíuð eplaedik
- Þeytið
- Lítil skál
- Loftþétt ílát

**LEIÐBEININGAR:**
a)      Þeytið allt hráefnið saman í lítilli skál þar til það er slétt. Hellið í loftþétt ílát og geymið í kæli í allt að 1 viku.
b)      Til að nota skaltu einfaldlega bæta 1 matskeið (15 ml) við heitt vatn og drekka.

# 70. Honeycomb Martini

**HRÁEFNI:**
- 2 aura vodka
- ½ aura hunangssíróp (blandaðu jöfnum hlutum hunangs og volgu vatni)
- ½ únsa ferskur sítrónusafi
- ½ únsa þreföld sek
- Myldu honeycomb nammi til skrauts

**LEIÐBEININGAR:**
a) Fylltu kokteilhristara með ís.
b) Bætið vodka, hunangssírópi, ferskum sítrónusafa og þrefaldri sekúndu í hristarann.
c) Hristið vel þar til blandan er köld.
d) Sigtið kokteilinn í kælt martiniglas.
e) Skreytið brún glassins með muldu honeycomb nammi.
f) Berið honeycomb martini fram kældan og njótið!

# 71. Honeycomb Margarita

**HRÁEFNI:**
- 2 aura tequila
- 1-eyri lime safi
- ½ únsa appelsínulíkjör (td Triple Sec)
- 1 matskeið hunang
- ¼ bolli mulið honeycomb sælgæti
- Lime bátar og auka hunang til að fylla glasið (valfrjálst)

**LEIÐBEININGAR:**

a) Brjótið smjörlíkisglas með hunangi (valfrjálst) og dýfið því í mulið honeycomb nammi til að húða brúnina.

b) Blandið saman tequila, lime safa, appelsínulíkjör og hunangi í hristara fylltum með ís.

c) Hristið kröftuglega þar til það hefur blandast vel saman og kælt.

d) Sigtið smjörlíkið í tilbúið glas fyllt með ís.

e) Skreytið með lime bát og njóttu honeycomb margarita.

## 72.Honeycomb suðrænn mocktail

**HRÁEFNI:**
- ½ bolli ananassafi
- ½ bolli appelsínusafi
- ¼ bolli sítrónusafi
- ¼ bolli ástríðusafi
- ¼ bolli hunang
- ¼ bolli honeycomb sælgæti, mulið
- Club gos eða freyðivatn
- Sítrónusneiðar og myntulauf til skrauts (valfrjálst)

**LEIÐBEININGAR:**

a) Blandið saman ananasafa, appelsínusafa, sítrónusafa, ástríðusafa, hunangi og mulið honeycomb sælgæti í könnu.

b) Hrærið þar til honeycomb nammið er uppleyst.

c) Fylltu glös með ísmolum.

d) Hellið honeycomb sælgætisblöndunni yfir ísinn og fyllið hvert glas um það bil hálfa leið.

e) Toppið með club gosi eða freyðivatni.

f) Skreytið með sítrónusneiðum og myntulaufum ef vill.

g) Berið fram og njótið þessarar hressandi og gosandi honeycomb sælgætismocktail.

## 73.Honeycomb sælgæti gamaldags

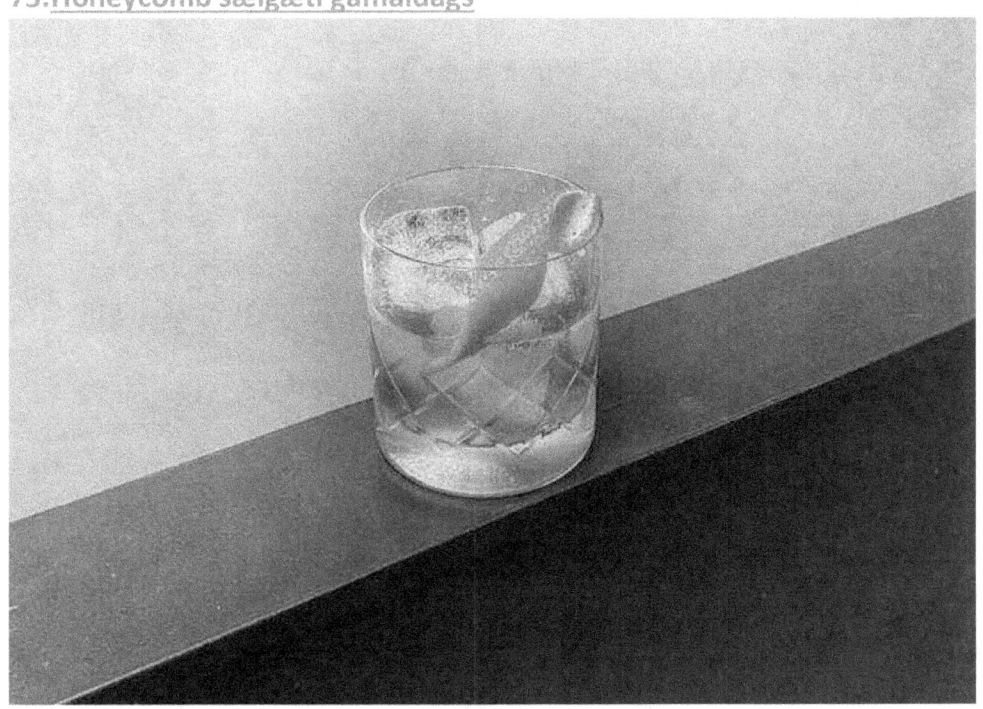

**HRÁEFNI:**
- 2 oz bourbon
- ½ oz hunangssíróp (jafnir hlutar hunangs og vatns, hitað og kælt)
- Dash of Angostura bitters
- Honeycomb nammi, til skrauts
- Appelsínubörkur, til skrauts

**LEIÐBEININGAR:**
a) Í gamaldags glasi, ruglið litlu stykki af honeycomb nammi og hunangssírópi.
b) Bætið bourbon og beiskju í glasið og hrærið varlega.
c) Fylltu glasið með ísmolum.
d) Skreytið með honeycomb nammi og appelsínuberki.
e) Njóttu þessa ríkulega og bragðmikla honeycomb sælgæti Old Fashioned kokteil.

# 74. Honeycomb Candy Mojito Mocktail

**HRÁEFNI:**
- ½ lime, skorið í báta
- 10 fersk myntublöð
- 2 matskeiðar honeycomb sælgætissíróp
- Klúbbgos
- Mulinn ís
- Myntugrein, til skrauts

**LEIÐBEININGAR:**
a) Blandið limebátum, myntulaufum og honeycomb sælgætissírópi í glas.
b) Fylltu glasið með muldum ís.
c) Toppið með club gosi og hrærið varlega.
d) Skreytið með myntugrein.

# 75.Honeycomb Candy Punch

**HRÁEFNI:**
- 2 bollar ananassafi
- 1 bolli appelsínusafi
- ½ bolli honeycomb sælgætissíróp
- ¼ bolli sítrónusafi
- 2 bollar engiferöl
- Mulinn ís
- Sítrónusneiðar og honeycomb nammi, til skrauts

**LEIÐBEININGAR:**
a) Blandið saman ananasafa, appelsínusafa, honeycomb sælgætissírópi og sítrónusafa í kýla skál.
b) Hrærið vel til að blanda bragði.
c) Bætið muldum ís í punch skálina.
d) Rétt fyrir framreiðslu er engiferölinu hellt út í og hrært varlega.
e) Skreytið með sítrónusneiðum og bitum af honeycomb sælgæti.
f) Njóttu þessa ávaxtaríka og freyðandi honeycomb nammi kýla.

## 76.Honeycomb korn hvítt rússneskt

**HRÁEFNI:**
- 1 oz vodka
- 1 oz kaffilíkjör
- 1 oz rjómi eða mjólk
- 1 matskeið honeycomb korn
- Honeycomb nammi, til skrauts

**LEIÐBEININGAR:**
a) Blandaðu saman vodka, kaffilíkjör og rjóma í glasi.
b) Hrærið vel til að blanda saman.
c) Bætið honeycomb morgunkorni við og látið liggja í bleyti í blöndunni í nokkrar mínútur.
d) Fylltu glasið með ísmolum.
e) Skreytið með stykki af honeycomb sælgæti.
f) Njóttu þessa rjómalöguðu og stökku honeycomb korns, White Russian.

# 77. Honeycomb Candy Spritzer

**HRÁEFNI:**
- ½ bolli freyðivatn
- ½ bolli sítrónu-lime gos
- 2 matskeiðar honeycomb sælgætissíróp
- Mulinn ís
- Sítrónusneiðar og myntulauf, til skrauts

**LEIÐBEININGAR:**

a) Blandaðu saman freyðivatni, sítrónu-lime gosi og honeycomb sælgætissírópi í glasi.
b) Hrærið varlega til að blanda bragðinu saman.
c) Fylltu glasið með muldum ís.
d) Skreytið með sítrónusneiðum og myntulaufum.
e) Njóttu þessarar gosandi og frískandi honeycomb sælgæti spritzer mocktail.

## 78. Honeycomb Candy Whisky Smash

**HRÁEFNI:**

- 2 oz viskí
- ½ oz sítrónusafi
- ½ oz honeycomb sælgætissíróp
- Fersk myntublöð
- Mulinn ís
- Sítrónusneið og myntakvistur, til skrauts

**LEIÐBEININGAR:**

a) Í kokteilhristara, blandaðu nokkrum myntulaufum með sítrónusafa og hunangsseimusírópi.
b) Bætið viskíi og ís í hristarann.
c) Hristið vel til að sameina bragðið.
d) Fylltu glas með muldum ís.
e) Sigtið kokteilinn í glasið.
f) Skreytið með sítrónusneið og myntugrein.
g) Njóttu þessa jurtaríka og sæta honeycomb nammi viskísnilldar.

# 79. Honeycomb sælgæti Pina Colada

**HRÁEFNI:**
- 1 bolli ananassafi
- ½ bolli kókosmjólk
- ¼ bolli honeycomb sælgætissíróp
- Mulinn ís
- Ananasbátur og kirsuber til skrauts

**LEIÐBEININGAR:**

a) Blandaðu saman ananassafa, kókosmjólk og hunangsseimusírópi í blandara.
b) Bætið handfylli af muldum ís í blandarann og blandið þar til slétt.
c) Hellið mocktailinu í glas.
d) Skreytið með ananasbát og kirsuberjum.

# INNLEGT HUNANG

## 80. Sítrónu innrennsli hunang

**HRÁEFNI:**
- 1 bolli af hunangi
- 1 matskeið af rifnum sítrónuberki
- 2 sneiðar af ferskri sítrónu

**LEIÐBEININGAR:**
a) Notist í dressingar, marineringar, drykki, sælgæti og bakaðar vörur.
b) Fyrir innrennsli sem er tilbúið til notkunar strax, notaðu safa og börk.

## 81. Hunang með appelsínu

**HRÁEFNI:**
- Börkur af 4 lífrænum appelsínum
- ¾ bolli hunang

**LEIÐBEININGAR:**
a) Setjið appelsínubörkinn í tóma krukku.
b) Hellið hráu hunanginu út í og tryggið að öll innihaldsefni séu alveg á kafi.
c) Lokaðu lokinu vel og leyfðu því að standa í sólinni.
d) Snúðu krukkunni við að minnsta kosti einu sinni á dag.
e) Leyfðu þessari blöndu að fá innrennsli í að minnsta kosti viku eða allt að 3-4 vikur.
f) Sigtið og geymið á köldum og dimmum stað til að viðhalda ferskleika sínum.
g) Þetta er frábær viðbót við kökur og muffins eða er bragðgott hrært út í jógúrt eða kotasælu.

## 82. Hunang með sítrónusmjöri

**HRÁEFNI:**
- ¾ bolli hunang
- 3 matskeiðar smjör
- 1 tsk sítrónusafi
- ¼ tsk vanillu

**LEIÐBEININGAR:**
a) Hitið hunang og smjör.
b) Kælið og bætið sítrónusafa og vanillu út í.
c) Berið fram með pönnukökum eða vöfflum.

## 83.Hunang með ferskju

**HRÁEFNI:**
- 1 pund ferskur, skrældar, gryttar og sneiðar eða þurrkaðar ferskjur
- 3 matskeiðar hunang
- 1 tsk ferskur kreistur sítrónusafi

**LEIÐBEININGAR:**
a) Blandið öllu hráefninu saman í matvinnsluvél í 3 mínútur til að fá slétt mauk. Hellið í kreista flösku.
b) Peach Honey má geyma í kæli í 1 til 2 vikur.

## 84.Hunang með peru og eplum

**HRÁEFNI:**
- 6 perur, skrældar og kjarnhreinsaðar
- 2 epli, afhýdd og kjarnhreinsuð
- Börkur af 1 appelsínu
- 1½ pund sykur

**LEIÐBEININGAR:**
a) Malið perur, epli og appelsínur.
b) Bætið við sykri og eldið í 20 mínútur, hrærið oft.
c) Bætið við rifnum appelsínubörk. Eldið þar til það er þykkt.

## 85. Bleikur greipaldin Innrennsli hunang

**HRÁEFNI:**
- ½ lítri bleikur eða rúbínrautur greipaldinsafi
- 2 matskeiðar hunang
- ½ bolli Triple Sec líkjör

**LEIÐBEININGAR:**
a) Blandið saman safa, hunangi og líkjör.
b) Geymið í kæli.
c) Berið fram sem eftirrétt.

## 86. Hunang með quince innrennsli

**HRÁEFNI:**
- 3 stórar Quince
- 1 stórt epli
- 1 pint vatn

**LEIÐBEININGAR:**

a) Myldu eða rífðu kvið og epli.
b) Setjið vatn á ávextina og sjóðið í 20 mínútur.
c) Fylgdu leiðbeiningunum á pektínpakkanum fyrir sykur- og eldunarleiðbeiningar.

## 87. Kanill-epla hunang

**Hráefni:**
- 1 lítri Sætt eplasafi
- 8 bollar, skorin, kjarnhreinsuð og skorin í fjórðunga Eldunarepli
- 1 sítróna, afhýdd, skorin í sneiðar og fræhreinsuð
- 1 bolli hunang
- ½ bolli Púðursykur í pakka
- 1 matskeið malaður kanill

**LEIÐBEININGAR:**
a) Hitið eplasafi að suðu í hollenskum ofni án loks í um það bil 15 mínútur.
b) Bætið við eplum og sítrónu. Hitið að suðu; draga úr hita.
c) Látið malla án loksins í um það bil 1 klukkustund, hrærið af og til þar til eplin eru mjög mjúk.
d) Hrærið hunangi og kanil saman við.
e) Hitið að suðu; draga úr hita.
f) Látið malla án loksins í um það bil 1-½ klukkustund, hrærið af og til þar til enginn vökvi skilur sig frá deiginu.
g) Hellið blöndunni strax í heitar, sótthreinsaðar krukkur og skilið eftir ¼ tommu höfuðrými.
h) Þurrkaðu felgur af krukkum; innsigli. Kælið á grind í 1 klst.
i) Geymist í kæli í allt að 2 mánuði.

## 88.Elderflower innrennsli hunang

**HRÁEFNI:**
- ¼ bolli ylli (þurrkað eða ferskt - lífrænt)
- 1 bolli af staðbundnu hráu hunangi (rennandi)

**LEIÐBEININGAR:**

a) Bættu þurrefnunum þínum í krukkuna þína
b) Hyljið alveg með hunangi
c) Innsigli efst
d) Látið hunangið sitja og streyma í einn mánuð, lengur ef þess er óskað
e) Álag
f) Settu síað hunang aftur í krukku og gefðu eða notaðu eins og þú vilt!

## 89. Lilac innrennsli hunang

**HRÁEFNI:**
- ¼ bolli lilac (þurrkað eða ferskt - lífrænt)
- 1 bolli af staðbundnu hráu hunangi (rennandi)

**LEIÐBEININGAR:**
a) Bættu þurrefnunum þínum í krukkuna þína
b) Hyljið alveg með hunangi
c) Innsigli efst
d) Látið hunangið sitja og streyma í einn mánuð, lengur ef þess er óskað
e) Álag
f) Settu síað hunang aftur í krukku og gefðu eða notaðu eins og þú vilt!

## 90.Jasmín dreifði hunangi

**HRÁEFNI:**
- ¼ bolli Jasmin (þurrkað eða ferskt - lífrænt)
- 1 bolli af staðbundnu hráu hunangi (rennandi)

**LEIÐBEININGAR:**
a) Bættu þurrefnunum þínum í krukkuna þína
b) Hyljið alveg með hunangi
c) Innsigli efst
d) Látið hunangið sitja og streyma í einn mánuð, lengur ef þess er óskað
e) Álag
f) Settu síað hunang aftur í krukku og gefðu eða notaðu eins og þú vilt!

## 91.Tulsi innrennsli hunang

**HRÁEFNI:**
- 1 bolli af hunangi
- 5-10 Tulsi lauf
- Rósablöð með innrennsli hunangi

**LEIÐBEININGAR:**
a) Settu Tulsi laufin í tóma krukku.
b) Hellið hunanginu með rósinni út í og tryggið að öll innihaldsefnin séu alveg á kafi.
c) Lokaðu lokinu vel og leyfðu því að standa í sólinni.
d) Snúðu krukkunni við að minnsta kosti einu sinni á dag.
e) Leyfðu þessari blöndu að fá innrennsli í að minnsta kosti viku eða allt að 3-4 vikur.
f) Sigtið og geymið á köldum og dimmum stað til að viðhalda ferskleika sínum.

## 92. Hunang með innrennsli með kanil

**HRÁEFNI:**
- 1 bolli af hunangi
- 5 kanilstangir
- 1 klípa af duftformi kanil

**LEIÐBEININGAR:**
a) Settu kanilinn í tóma krukku.
b) Hellið hráu hunanginu út í og tryggið að öll innihaldsefni séu alveg á kafi.
c) Lokaðu lokinu vel og leyfðu því að standa í sólinni.
d) Snúðu krukkunni við að minnsta kosti einu sinni á dag.
e) Leyfðu þessari blöndu að fá innrennsli í að minnsta kosti viku eða allt að 3-4 vikur.
f) Sigtið og geymið á köldum og dimmum stað til að viðhalda ferskleika sínum.

## 93.Hunang með engiferblöndu

**HRÁEFNI:**
- 1 bolli af hunangi
- 1 tsk af fínt saxað engifer
- 1 klípa af engiferdufti

**LEIÐBEININGAR:**
a) Setjið engiferið í tóma krukku.
b) Hellið hráu hunanginu út í og tryggið að öll innihaldsefni séu alveg á kafi.
c) Lokaðu lokinu vel og leyfðu því að standa í sólinni.
d) Snúðu krukkunni við að minnsta kosti einu sinni á dag.
e) Leyfðu þessari blöndu að fá innrennsli í að minnsta kosti viku eða allt að 3-4 vikur.
f) Sigtið og geymið á köldum og dimmum stað til að viðhalda ferskleika sínum.
g) Þetta innrennsli er ljúffengt í marineringum fyrir kjúklinga- og grænmetishræringar.

## 94. Vanillublandað hunang

**HRÁEFNI:**
- 1 bolli af hunangi
- 1 vanillustöng
- ½ teskeið af vanilluþykkni

**LEIÐBEININGAR:**
a) Settu vanillustöngina og kjarnann í tóma krukku.
b) Hellið hráu hunanginu út í og tryggið að öll innihaldsefni séu alveg á kafi.
c) Lokaðu lokinu vel og leyfðu því að standa í sólinni.
d) Snúðu krukkunni við að minnsta kosti einu sinni á dag.
e) Leyfðu þessari blöndu að fá innrennsli í að minnsta kosti viku eða allt að 3-4 vikur.
f) Sigtið og geymið á köldum og dimmum stað til að viðhalda ferskleika sínum.

## 95. Stjörnuanísbætt hunang

## HRÁEFNI:
- ⅛ bolli heilir og að hluta muldir fræbelgir Stjörnuanís
- ½ bolli hunang

## LEIÐBEININGAR:
a) Settu stjörnuanísinn í tóma krukku.
b) Hellið hráu hunanginu út í og tryggið að öll innihaldsefni séu alveg á kafi.
c) Lokaðu lokinu vel og leyfðu því að standa í sólinni.
d) Snúðu krukkunni við að minnsta kosti einu sinni á dag.
e) Leyfðu þessari blöndu að fá innrennsli í að minnsta kosti viku eða allt að 3-4 vikur.
f) Sigtið og geymið á köldum og dimmum stað til að viðhalda ferskleika sínum.

## 96.Hunang með negulinnrennsli

**HRÁEFNI:**
- ⅛ bolli heilir negull
- ½ bolli hunang

**LEIÐBEININGAR:**

a) Setjið heil negulnagla í tóma krukku.
b) Hellið hráu hunanginu út í og tryggið að öll innihaldsefni séu alveg á kafi.
c) Lokaðu lokinu vel og leyfðu því að standa í sólinni.
d) Snúðu krukkunni við að minnsta kosti einu sinni á dag.
e) Leyfðu þessari blöndu að fá innrennsli í að minnsta kosti viku eða allt að 3-4 vikur.
f) Sigtið og geymið á köldum og dimmum stað til að viðhalda ferskleika sínum.
g) Besta notkunin felur í sér sem gljáa fyrir skinku, leyst upp í mjólk eða eggjasnakk, eða dreypt yfir jólaeftirrétti.

## 97.Jalapeno innrennsli hunang

**HRÁEFNI:**
- 1 bolli af hunangi
- 1 sneið af jalapeno eða meira eftir smekk þínum

**LEIÐBEININGAR:**
a)  Setjið jalapenóið í tóma krukku.
b)  Hellið hráu hunanginu út í og tryggið að öll innihaldsefni séu alveg á kafi.
c)  Lokaðu lokinu vel og leyfðu því að standa í sólinni.
d)  Snúðu krukkunni við að minnsta kosti einu sinni á dag.
e)  Leyfðu þessari blöndu að fá innrennsli í að minnsta kosti viku eða allt að 3-4 vikur.
f)  Sigtið og geymið á köldum og dimmum stað til að viðhalda ferskleika sínum.

## 98.Hunang með kóríanderfræi

## HRÁEFNI:
- 1 bolli af hunangi
- Ein matskeið af kóríanderfræjum
- 1 klípa af kóríanderdufti

## LEIÐBEININGAR:
a) Setjið kóríanderfræin og kóríanderduftið í tóma krukku.
b) Hellið hráu hunanginu út í og tryggið að öll innihaldsefni séu alveg á kafi.
c) Lokaðu lokinu vel og leyfðu því að standa í sólinni.
d) Snúðu krukkunni við að minnsta kosti einu sinni á dag.
e) Leyfðu þessari blöndu að fá innrennsli í að minnsta kosti viku eða allt að 3-4 vikur.
f) Sigtið og geymið á köldum og dimmum stað til að viðhalda ferskleika sínum.
g) Þetta hunang með innrennsli getur auðveldlega bætt við hvaða bragðmikla rétti sem er.
h) Þú getur líka bætt því við teið þitt fyrir skemmtilegt bragð og ilm.

## 99.Sellerí fræ Innrennsli hunang

**HRÁEFNI:**
- 4 matskeiðar edik
- 1 tsk sellerífræ
- ⅓ bolli hunang
- 1 matskeið sítrónusafi

**LEIÐBEININGAR:**
a) Blandið öllu hráefninu saman.
b) Berið fram með ávaxtasalati.

## 100. Poppy fræ hunang

**HRÁEFNI:**
- 1 bolli olía
- ⅓ bolli edik
- 2 matskeiðar hunang
- 1½ msk Poppy fræ

**LEIÐBEININGAR:**

a) Blandið edikinu og hunanginu í blandara þar til það verður rjómakennt og hrærið síðan valmúafræjunum saman við.
b) Geymið í kæli.

# NIÐURSTAÐA

Þegar við ljúkum þessari bragðmiklu ferð vonum við að "HIN FULLKOMNA HUNANGS MATREIÐSLUBÓK" hafi veitt þér innblástur til að tileinka þér ríkuleika og náttúrulega sætleika hunangs í þínu eigin eldhúsi. Hunang er ekki bara sætuefni; það er vitnisburður um kraft gjafa náttúrunnar og ótrúlegu bragði sem þær bjóða upp á.

Með uppskriftunum og aðferðunum sem deilt er í þessari matreiðslubók vonum við að þú hafir öðlast sjálfstraust og innblástur til að blanda hunangi í fjölbreytt úrval rétta. Hvort sem þú ert að hella því í marineringuna, dreypa því yfir eftirrétti eða skoða einstakar bragðsamsetningar, megi hunangsblandað sköpunin færa gleði og yndi á borðstofuborðið þitt.

Svo, þegar þú leggur af stað í þín eigin hunangsævintýri, láttu "HIN FULLKOMNA HUNANGS MATREIÐSLUBÓK" vera traustan félaga þinn, sem gefur þér dýrindis uppskriftir, gagnlegar ábendingar og tilfinningu fyrir matreiðslukönnun. Faðmaðu gullna sætleika, heilsufarslegan ávinning og náttúrulega gæsku hunangsins og láttu hvern rétt sem þú býrð til verða vitnisburður um ótrúlega bragðið sem náttúran gefur.

Megi eldhúsið þitt fyllast af ilm af hunangi, sætu gjöfum náttúrunnar og gleði yfir því að elda með hollu hráefni. Gleðilega eldamennsku og megi sköpunarverkin þín með hunangi koma með náttúrulega ánægju í hverja máltíð!

www.ingramcontent.com/pod-product-compliance
Lightning Source LLC
Chambersburg PA
CBHW070402120526
44590CB00014B/1224